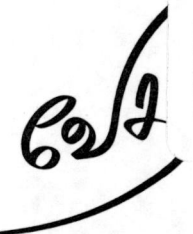

வே

ஒரு காதலின் கதை

ஏக்நாத்

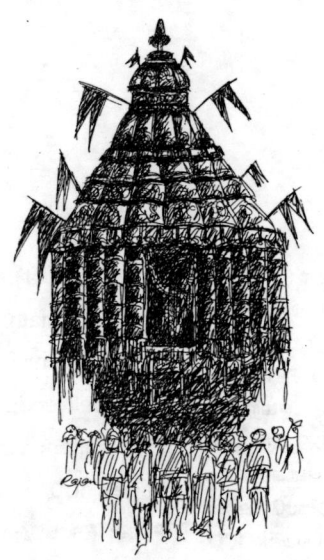

நெடில் வெளியீடு

வேத (நாவல்)	Vedhe (Novel)
© ஏக்நாத்	Author: Egnath
முதற்பதிப்பு: 2024	egnathr@gmail.com
நெடில் வெளியீடு	Nedil veliyeedu
அட்டை வடிவமைப்பு மற்றும் ஓவியம்: பி.ஆர்.ராஜன்	First editon: 2024
பின் அட்டைப் புகைப்படம்: புதுவை இளவேனில்	Pages: 100
பக்கங்கள்: 100	Price: Rs.150/-
விலை: ரூ.150	ISBN: 978-93-340-8690-4

விற்பனை உரிமை: ஸ்நேகா, 8, ரமணி நகர் மெயின் ரோடு,
மேற்கு தாம்பரம், சென்னை 600 045.
9600398660, 7550098666
snehabookspublishers@gmail.com

 ஏக்நாத்

ஏக்நாத் என்றழைக்கப்படும் செ.ஏக்நாத்ராஜ், தென்காசி மாவட்டம் கீழாம்பூரைச் சேர்ந்தவர். பாபநாசம் திருவள்ளுவர் கல்லூரியில் இளங்கலையும் பாளையங்கோட்டை தூய சவேரியார் கல்லூரியில் முதுகலை தமிழ் இலக்கியமும் படித்தவர். தந்தை செல்லையா தாஸ், தாய் சீதையம்மாள். மனைவி அழகம்மாள், மகன்கள் அ.ஏ.கார்க்கி, அ.ஏ.நீனோ ஆகியோருடன் சென்னையில் வசித்து வருகிறார். ஊடகத்துறையில் பணியாற்றும் அவர் திரைப்பாடல்களும் எழுதி வருகிறார். கெடை காடு, ஆங்காரம், வேசடை, அவயம். சாத்தா ஆகிய நாவல்கள், பூடம், குள்ராட்டி, மேப்படியான் புழங்கும் சாலை ஆகிய சிறுகதைத் தொகுதிகளை எழுதியுள்ளார். ஆடுமாடு மற்றும் மனிதர்கள், ஊர் என்பது ஞாபகமாகவும் இருக்கலாம், குச்சூட்டான் ஆகியவை இவரது கட்டுரைத் தொகுதிகள். கெடாத் தொங்கு என்ற கவிதை தொகுதியையும் வெளியிட்டுள்ளார். இந்த 'வேத' அவரது ஆறாவது நாவல்.

கேட்டுவருவதா வலி?

சில வருடங்களுக்கு முன் நான் எழுதிய கவிதை ஒன்றை வாசித்துவிட்டு நண்பரும் மருத்துவருமான வஸந்த் செந்தில், ‘இந்தக் கவிதைக்குள் அழகான கதை இருக்கிறது, அதை எழுதலாம்’ என்றார். அவர் சொல்லி ஒரு வருடத்துக்குப் பிறகு ‘தலைவன் கூற்றெனக் கொள்க’ என்ற தலைப்பில் கதையாக்கினேன். 2019-ல் ஆனந்த விகடனில் வெளியானது. புதிதாகப் பதிப்பகம் தொடங்க இருந்த நண்பர் ஒருவர், “அந்தக் கதையை குறுநாவலா எழுதித் தாங்களேன்” என்றார். அவர் சொன்ன பிறகுதான் அதற்கான ‘ஸ்கோப்’ அதில் இருப்பது தெரிந்தது. எழுதினேன். ஆக, ‘தலைவன் கூற்றெனக் கொள்க’ என்ற கதையின் நீள்வடிவம்தான் இந்த ‘வேத’! ‘இந்தக் கதைய எங்கயோ படிச்ச மாரி இருக்கே?’ என்கிற ஆவலாதி வந்துவிடக்கூடாது என்பதற்காக இவ்விளக்கம்.

ஒரு கவிதை, சிறுகதையாகி, நாவலாக உருமாறியது கூட சுவாரஸ்ய கதையாகத்தான் இருக்கிறது. இது காதலின் வலியை, அவஸ்தையைப் பேசுகிற நாவல். வலியை, ‘வேத’ என்று சொல்வது நெல்லை, தென்காசி மாவட்டங்களில் வழக்கம். “என்னா வேதங்கெ? மூதி, உள்ளகெடந்து விண்ணு விண்ணுன்னுலா தெறிக்கி..., முடியலடெ?” என்பார்கள், பெருவலிகாரரர்கள். அப்படியொரு வேத யாருக்கும் தேவையில்லைதான். ஆனாலும், கேட்டு வருவதா வலி? அதுவும் காதலின் வலி?

'வேத' என்பதைத் தலைப்பாக வைக்கலாமா? என்று ஊரையும் ஊர் வார்த்தைகளையும் அணு அணுவாக ரசிக்கிற எழுத்தாளர் சுகா சாரிடம் கேட்டேன். 'தாராளமா வையுங்க, ஊர்ச்சொல்லையும் வேர்ச்சொல்லையும் விட்டுரக்கூடாதுல்லா' என்றார். இப்படியாக இதன் தலைப்பு 'வேத' ஆனது.

நாவலை வெளியிடுகிற நெடில், விநியோகிக்கிற ஸ்நேகா, எப்போதும் என் படைப்புகளுக்கு முகப்பு அட்டையை வடிவமைத்துக்கொடுக்கிற பி.ஆர்.ராஜன் ஆகியோருக்கு நன்றி.

செ.ஏக்நாத் ராஜ்
egnathr@gmail.com

எழுத்தாளர்
எஸ்.ராமகிருஷ்ணன்
அவர்களுக்கு...

'அவள்தானா அது?'

-மீண்டும் ஒரு முறை உற்றுப்பார்த்து உறுதிப்படுத்த முயன்றார், முத்துசாமி. இந்தத் தகிக்கும் வேனலில், தலையை நனைத்து காதுவழி குறுஓடையென வடியும் வியர்வையை, இடதுகையால் துடைத்துவிட்டுப் பார்த்தார். வலது கையை மூக்குக் கண்ணாடிக்கு மேலே, சல்யூட் அடிப்பது மாதிரி வைத்துக்கொண்டு, வெயிலை மறைத்தபடி நோக்கினார். இப்போது அவளாகவும், அவளாக இருப்பாளோ என்கிற சந்தேகமும் சேர்ந்தே எழுந்தது. பின்பக்கமிருந்து பார்க்கும்போது அச்சு அசலாக அவளாகவே இருக்கிறாள். உடலமைப்பு அப்படித்தான் அடையாளப் படுத்துகிறது.

அதற்குள் அவளை மறைத்தபடி, பச்சைப்பட்டு அணிந்திருக்கிற வளர்ந்த பெண்ணொருத்தி குறுக்கே வந்து நின்றுகொண்டாள். யாரெனத் தெரியாத அப்பெண் மீது தேவையில்லாமல் எரிச்சல் வந்தது. 'நமக்குனே வருவாவோ போலுக்கு' என விசனப்பட்ட முத்துசாமி, கடுப்பை அடக்கிக்கொண்டார். இருந்தும், இந்தக்கூட்டத்துக்கு இடையே கொஞ்சம் உடலை அசைத்து நெளித்துப் பார்த்தாலும் அவளின் பின்பக்கம் மட்டுமே லேசாகத் தெரிகிறது.

அவளும் முகத்தைக் கொஞ்சம் திருப்பினால்தான் என்ன? அசையாத கற்சிலைப் போல ஒரேடியாக மேற்கு நோக்கியே பார்த்துக்கொண்டு நின்றால், எப்படி அடையாளம் கண்டுகொள்வது? அடையாளத்தை விடுங்கள், தான் வந்திருக்கிற அவசியத்தைத் தன்னைச் சுற்றி நிற்பவர்களுக்கு அவள் உணர்த்தவாவது வேண்டாமா? என்னைத் தெரிகிறதா என்றோ, நானும் இப்பகுதியைச் சேர்ந்தவள்தான் என்றோ, மற்றவர்களுக்கு முகம் காட்டுவதில் என்ன குறைந்துவிடப் போகிறது? தன்னுடன் படித்த, பழகிய, யாராவது ஒருவரை இங்கு கண்டுவிட வாய்ப்பிருக்கிறதுதானே. அல்லது தன்னைச் சார்ந்த, ஒரு காலத்தில் தனக்கு மிகவும் வேண்டிய, ஒரு முகத்தை கண்டுவிடும் வாய்ப்பும் கிடைக்குமே! இதை எப்படிச் சொல்லி புரிய வைப்பது?

திருவிழாக்கள் சாமி பார்ப்பதற்கு மட்டும்தானா? சாமி பார்க்க வருகிற மனிதர்களைப் பார்க்கவும்தான். பால்ய சிநேகதர்களை, பள்ளி, கல்லூரித் தோழர்களை, என்னைப் போல முன்னாள் காதலியை, யாரோ ஒருத்தியை போல, முன்னாள் காதலனை சந்திக்கக் கூடிய, சந்தித்துவிடுகிற சாத்தியங்களைக் கொண்டதாகவே இருக்கிறது விழாக்கள். மனதுக்குள் அமுங்கி, மனதோடு உறங்கி, விழுந்து கிடக்கிற சிறுவயது ஞாபகங்களை மீட்டெடுத்து விடவும் வருடம் ஒரு முறை தவறாமல் வந்துவிட்டுப் போகிறது, இக்கொண்டாட்ட விழா. அதில் கிடைக்கிற மகிழ்வை, வானம் முழுவதும் தனதாகவே நினைத்து பறந்துகொண்டே இருக்கிற பறவையை போல மனம் அடைகிற விடுதலையை, எதைக் கொண்டு விவரித்துவிட முடியும்?.

கடந்த, தை அமாவாசையன்று, பூச்சாண்டிச் சுப்புவை சந்திக்கும் வாய்ப்புக் கிடைத்தது. கல்லூரி தோழன். மும்பையில் செட்டிலாகிவிட்ட அவனை, பலவருடங்களுக்குப் பிறகு

பாபநாசத்தில் தர்ப்பணம் கொடுக்கும் இடத்தில் தற்செயலாகச் சந்தித்தார். சரியாக அடையாளம் கண்டுகொண்டவனைப் பார்த்ததும் ஆச்சரியம். பிறகு கோயிலுக்குப் பின்பக்கம் உள்ள மண்டபத்தில் அமர்ந்து மணிக்கணக்காகப் பழங்கதைப் பேசியபோது, அவன் சொன்ன, அதாவது அவன் ஞாபகப்படுத்திய மேபல், அந்த ஒல்லிக்குச்சி ரமா, மேத்ஸ் கோசல்ராமை தேடி தேடி வரும் ராமலட்சுமி, திருட்டுத்தனமாக மதுபாட்டில் வாங்கி வந்து, அதைக் குடிக்க கிளாஸ் இல்லாமல், சம்படத்தில் ஊற்றி குடித்துத் தள்ளாடியது, தமிழிலக்கியம் படித்த கவிஞர் பச்சைமுத்துவுக்கு கெமிஸ்ட்ரி ஸ்டெல்லா கொடுத்த காதல் கடிதம், ஹாஸ்டலில் இருந்த நாகராஜ், இருட்டில் பிரின்சிபல் என தெரியாமல் தீப்பெட்டிக் கேட்டது என அந்த நினைவுக்குள் உருண்டு புரண்டு எழுந்த மகிழ்வை எப்படி விவரிக்க? அது சொல்ல முடியாத உணர்வு. ஆனால், இதை விட வேறோர் உணர்வைத் தருபவள் வள்ளிநாயகி.

மூக்குக் கண்ணாடியை வேட்டியில் துடைத்துப் போட்டுக்கொண்டு மீண்டும் பார்த்தார். அவள் போலவே இருக்கிற அவள், இன்னும் முழுமையாகப் பிடிபடவில்லை. தெளிந்த நீரோடைக்குள் பளிச்சென தெரிகிற கூழாங்கற்களைப் போல, துடைத்து வைத்ததான தெளிவு கிட்டவில்லை. பார்வை மங்கிக்கொண்டு வருகிறது. அல்லது கண்ணாடி, தன் செயலை இழந்துவிட்டது. இல்லை என்றால், இரண்டும் நடந்து கொண்டிருக்கிறது.

அருகருகே இடித்தபடி செல்கிற பக்தர்களிடமிருந்து வரும் பேரவயம், இப்போது அவருக்கு இரைச்சலாகக் கேட்கிறது. இதற்கு முன் அதை அவர் அப்படி எண்ணியதில்லை. அப்படி ஒன்று இருந்ததாகவும் நினைத்ததில்லை. அவர் இதன் மீதான கவனம் விட்டு, எதையோ யோசித்தபடி செல்கிறவர். இப்போது இரைச்சலாக

அச்சத்தம் உருமாற்றம் பெறுவதற்கு எரிச்சலும் காரணம். தான் எதிர்நோக்கி இருக்கிற, கேட்க நினைக்கிற வார்த்தையை கேட்க விடாதபடி இரையும் இக் கூறுகெட்டவர்களுக்கு, மற்றவர்கள் மீதான அக்கறை எப்போதுமே வராதா? ஒரு சத்தம், கத்தல், இப்படியான இரைச்சல், மற்றவர்களுக்கு என்ன மாதிரியான விளைவுகளை ஏற்படுத்துகிறது என்பது அவர்களுக்கு எப்போது புரியும்?

''நீயும் ஒம் வயசுல இப்டித்தாம் எறெஞ்சுட்டு அலஞ்சே, அப்பம் மத்தவோளுக்கு அது எவ்வளவு வேசடய கொடுத்துருக்கும்னு நெனச்சியாடே?' என்று நெஞ்சுக்குள்ளிருந்து ஒரு குரல், முகத்துக்கு முன் வந்து கேட்டது. தேவையில்லாத நேரத்தில் தேவையின்றி வந்து ஏதாவது சொல்கிற அந்த வெறுவாகெட்ட குரலின் மீது கோபம் வந்தது அவருக்கு,

அருகில் நிற்கும் பெண்ணிடம் அவள் ஏதோ சொல்கிறாள். இடதுபுறமாகத் தலையைத் திருப்பி, அவளிடம் சில வார்த்தைகளைச் சொல்லிவிட்டு சடக்கென அவள் முகம் நேராகி விடுவதைப் பின்னால் இருந்து பார்த்தார். அவள் பேசிய சொல்லை, வார்த்தையைக் கேட்க முடியவில்லை. அந்தப் பேரிரைச்சலில் அது கரைந்து காணாமல் போய்விட்டது. அந்தப் பேச்சின் சத்தம் சின்னதாகக் கேட்டாலும் அவள்தானா என்பதை உறுதிப்படுத்தி இருக்க முடியும்.

வருடங்கள் பல ஆகிவிட்டாலும் இன்னும் நெஞ்சுக்குள் அப்படியே மிதந்து கொண்டு நிற்கிறது, சிலுக்கென்று வருகிற அவளின் மென்மைக் குரல். அக்குரல் செய்த மாயங்கள் பற்றி இவர்களுக்கு ஏதும் தெரியப்போவதில்லை. அந்த மாயத்தின் வழி, எனக்குள் நடந்த, உணர்ந்த அதிசயங்களை யாரும் புரிந்துகொள்ளப்

போவதுமில்லை. அது அவர்கள் தெரிய வேண்டியதும் இல்லை. அது எனக்கு மட்டுமேயானது. எனக்குள் புகுந்து, எனக்குள் ஓளிந்து, என்னைத் துழாவி, தொலைய வைத்தக் குரல் அது. இன்னும் சொல்லப் போனால் அது குரலே அல்ல. அது வேறு, அதற்கு வேறு என்ன பெயர் வைக்கலாம்? என்ன பெயர் வைத்தாலும் அந்தப் பெயருக்குள் அது அடைபடாது.

இப்போது அவளின் குரல் மொத்தமாகக் கூடி வந்து அவர் செவிக்குள் நுழைந்து நின்று வேடிக்கை பார்த்தது. ஒவ்வொன்றும் அவரிடம் ஏதோ சொல்லி, சிரித்து, ஏக்கம் பேசி, தவித்துக் கொண்டிருந்தன. விடுபட முடியாத அந்தக் குரலிடம் இருந்து விடுபட்டு வெளியே வந்தவர், மீண்டும் அவளைப் பார்த்தார்.

அவள் நடக்க ஆரம்பிக்கிறாள், இப்போது. மெதுமெதுவாக முன்னேறும் கூட்டத்துக்குள் அவளும் அப்படியே அசைந்து அசைந்து செல்கிறாள். தலைமுடியில் சூடப்பட்டிருக்கிற மல்லிகைப் பூக்கள் ஆடி அசைகின்றன. அதன் ஆட்டம் கூட தேரோட்டம் போலவே இருக்கிறது. அவள் எப்படியோ ஹேர்பின் கொண்டு சொருகியிருந்த அந்த மல்லிகை, இப்போது அதன் இயல்பில் இருந்து விலகி ஒரு பக்கமாகச் சரிந்து தொங்கிக் கொண்டிருக்கிறது. அவளுக்கு மல்லிகையை விட கனகாம்பரம் அதிகம் பிடிக்கும். தன் வீட்டில் பூக்கிற ஆரஞ்சு நிற கனகாம்பரத்தை அவள் கொய்யும் அழகைப் பார்க்கும் பாக்கியம் முத்துசாமிக்குக் கிடைத்திருக்கிறது. பூவுக்கும் காம்புக்கும் வலிக்காமல் அவள் கொய்கிற ஆள்காட்டி விரலில் அவளுக்குச் சிறு மச்சம் ஒன்று இருக்கிறது.

இது வள்ளிநாயகியாகவே இருக்க அதிக வாய்ப்பிருக்கிறது. ஏனென்றால் அவள் மீதிருக்கிற ஏதோ ஒன்றுதான் தன்னை

அவளை நோக்கி இழுத்துச் சென்று கொண்டிருக்கிறது. அவளால் மட்டுமே சாத்தியம் கொண்ட உணர்வு இது. மற்ற எந்தப் பெண்ணோ என்றால் இப்படி மனசு அலைபாய வாய்ப்பில்லை. உள்ளுணர்வின் காந்தம் அவர்களை நோக்கி இழுப்பதில்லை. ஆனால், இது தானாக நடக்கிறது என்பதால், அது அவளாகவே இருக்கும் சாத்தியம் அதிகமாக இருக்கிறது. அந்தக் காந்தம் இப்படித்தான், அலைய விட்டும் ஏக்கம் கிளறியும் அல்லாட வைக்கும் செயலை செய்து கொண்டேயிருக்கும்.

இது எத்தனை வருட ஏக்கம்? இன்று அவளிடம் பேசி விட வாய்ப்பிருக்கிறது. இந்த ஒரு நாளுக்காக எத்தனை இரவுகள், தூக்கம் தொலைத்திருக்கின்றன. எத்தனைக் கனவுகள் நித்தம் வந்து ரணப்படுத்தி இருக்கின்றன. நிலம், நிழல், நிலவு, வானம், வனம், மரம், ஆடு, மாடு, வாலறுந்த செவலை நாய் என எல்லாவற்றிடமும் கிறுக்கனைப் போல பேச வைத்திருக்கிறது, அவளின் காதல். எல்லாமும் சாத்தியமாகி விடுகிற இனிய கனவுகள் மட்டும் இல்லை என்றால் மனித வாழ்க்கை மரத்து போனதாகவே இருந்திருக்கும்.

இப்போதே பின் தொடரவில்லை எனில், இந்தக் கூட்டத்துக்குள் அவள் தொலைந்து போகவும் கூடும். கூடிக் கூடிச் செல்கிற இந்த மனித தலைகளுக்குள் அவளைத் தேடுவதும் கடினமாகிவிடும். இன்று விட்டுவிட்டால் இனி பார்க்க முடியுமோ, முடியாதோ?

அவசரமாகக் கூட்டத்தை விலக்கி முன்னேற முயல்கிறார் முத்துசாமி. இவர் அவசரத்துக்கு யாரும் விலகுவதாகத் தெரியவில்லை. சிலரை லேசாக இடித்து, முன் நகர்கிறார். அவளிடம் ஒரு கண்ணும் கூட்டத்தில் ஒரு கண்ணுமாக வைத்தபடி முன்னேறிக் கொண்டிருக்கிறார்.

சைக்கிள் மணி சத்தம், கைகளில் தூக்கிக்கொண்டு வரும் பஞ்சு மிட்டாய், பொம்மை விற்பவர்களின் குரல்கள், பொம்மைகளைக் காட்டி வாங்கச் சொல்லும் சின்னப் பிள்ளைகளின் கூச்சல், பின் தொடரும் கோன் ஐஸ், குச்சி ஐஸின் அவயம், சைக்கிளின் பின் பக்கம் வைத்துத் தள்ளிக்கொண்டு போகும் பன்னீர் விற்பவனின் குரல், கூட்டத்துக்குள் வராமல் ஓரமாக நின்றபடி வேடிக்கைப் பார்க்கிற ஆண், பெண்களின் பேச்சுகள் என மொத்தச் சத்தமும் கூடி உயரமாக நின்று ஒரு சத்த மலையை அங்கு உயர்த்தி இருந்தன. அதில் நுழைந்து நீந்தி, மீண்டு அருகில் நிற்பவர்களின் பேச்சைக் கேட்பது போராட்டமாகத்தான் இருந்தது.

வடக்கு வீதியைக் கடந்து தெற்குக்குத் திரும்பும் முக்கில், பெரிய தேர் நின்றபோது, குடும்பத்தோடு சாமி கும்பிட்டுக் கொண்டிருந்தவர்களில், அந்த முகம் மட்டும் இழுத்து நிறுத்தியது, முத்துசாமியை. கடந்த பல வருடங்களாக, அவர் தேடிக்கொண்டிருக்கிற, பார்த்துவிட மாட்டோமா என்று பெரும் ஏக்கம் கொண்டிருக்கிற வள்ளிநாயகி, அக்கூட்டத்தில் நின்று கொண்டிருப்பதாக நினைத்தார். தேருக்குள் அமர்ந்திருக்கும் பெண் தெய்வத்தைப் போல, வட்ட முகத்தைக் கொண்ட அவளை இப்படியொரு சந்தர்ப்பத்தில் பார்ப்பது கூட தெய்வச் செயலாகவே இருக்கும் என்றும் நினைத்திருந்தார். இங்கு எல்லாவற்றுக்கும் காலக்கணக்கு இருக்கிறது. அந்தக் கணக்கில் ஒன்றாகக் கூட இதுவும் இருக்கலாம்.

தேருக்கு இடதுபக்கத்தில் திருநெல்வேலியில் இருந்து வந்திருக்கிற, நண்பன் சண்முக சுந்தரத்துடன் குடும்பக் கதைப்

பேசிக் கொண்டிருக்கும் போது தற்செயலாக முன்னால் பார்த்தார் முத்துசாமி. ஒரு நொடிதான். பேசிக்கொண்டிருந்த எல்லாமும் மறந்து மொத்த சிந்தனையும் அவளை நோக்கியே சென்றது. அவள் வள்ளிநாயகி என்று உணர்ந்ததும் மனதுக்குள் கட்டுப்பாடற்ற ஆட்டம் தொடங்கியது. இருந்தாலும் அவள்தானா என்கிற சந்தேகமும் வந்து உட்கார்ந்து கொண்டது.

வழக்கத்துக்கு மாறாக, இந்த முறை தேர்ப் பார்க்கக் கூட்டம் அதிகம். கைக்குழந்தைகளுடன் இளம் தாய்கள், சிறுவர், சிறுமிகள், அப்பா, அம்மாக்கள், பாட்டிகள், தாத்தாக்கள் என குடும்பம் குடும்பமாகவும் அக்கம் பக்கத்து கிராமங்களில் இருந்தும் ஏராளமானவர்கள் வந்திருக்கிறார்கள். ஒவ்வொரு வீட்டிலும் வெளியூர் சொந்தக்காரர்களும் தேர்பார்க்க அழைக்கப் பட்டிருந்தார்கள். ஆழ்வார்க்குறிச்சி, புது உடைகள் அணிந்த மனித தலைகளால் நிரம்பியிருந்தன. திருமணமாகப் போகும் மணப்பெண்ணுக்கும் மணமகனுக்கும் வருகிற கல்யாண களை போல பெருமகிழ்வில் இருந்தது ஊர்.

இவர்கள் தேர் 'பார்க்க' வந்தவர்கள் என்பது மிகச்சரியானதுதான். எல்லோரும் வேடிக்கை தான் பார்க்கிறார்கள். தூரத்தில் நின்று சாமியை வணங்குகிற இவர்கள், அப்படியே நகர்ந்து கொண்டிருந்தார்கள். தேரின் வடத்தைப் பிடித்து இழுக்க யாரும் தயாரில்லை. அது தங்களுக்கான வேலையல்ல என்று நினைத்திருக்கலாம். 'இந்த வேனல்ல என்னத்த போட்டு இழுக்கெ?' என்ற நினைப்பும் அல்லது குனிந்து நிமிர முடியாததும் காரணமாக இருக்கலாம். ஆனால், எப்போதும் தேர் இழுப்பதைக் கடமையாகவே செய்து கொண்டிருக்கிற சிலர், இப்போதும் இழுத்துக் கொண்டிருந்தனர். அடிவயிறுவரை தொங்கும் தங்கச் சங்கிலி அணிந்திருக்கிற பெரியவர், "எளவட்ட பயலுவோலாம் இப்படி ஓரமா ஒதுங்கிட்டா

என்னடெ அர்த்தம்?, வாங்க" என்று தனது கனத்த குரலில் வடம்பிடிக்க அதட்டிக் கொண்டிருந்தார்.

புதுச்சட்டை, வேட்டி அணிந்திருக்கிற மாடர்ன் இளசுகள் அவர் சொன்னார் என்பதற்காக, பேருக்கு அதில் கை வைத்தனர். அதில் சிலர், "இவரு பெரிய மயிறு மாதிரி நின்னுகிட்டு ஆளுவோள ஏவிட்டிருக்காரு, அவரும் இதுல ஒரு கைய போடலாம்லா, பண்ணையாரு குனிய மாட்டோரோ?" என்று முணு முணுத்தனர். அது அவர் காதில் விழுந்தும் கண்டுகொள்ளாமல் நின்றுகொண்டார். இதுபோன்ற கூட்டத்துக்குள் எதிர்கேள்வி கேட்டால், நான்கைந்து பேர் தனக்கெதிராகப் பேசி, தான் கட்டிக் காத்து வைத்திருப்பதாக நம்பும் மரியாதையை இழக்கக்கூடும் என நினைத்திருக்கலாம்.

வெயிலைப் பொருட்படுத்தாமல் கூட்டம் வியர்வை வடிய சைலப்பரைத் தரிசித்துக் கொண்டிருக்கிறது. தேரோட்டத்துக்காக, பந்தலுக்குள் முளைத்திருக்கிற மிட்டாய்க் கடைகளும் குழந்தைகளுக்கான பலூன், துப்பாக்கி உள்ளிட்ட விளையாட்டுச் சாமான்களைக் குவித்திருக்கும் கடைகளும் புதுமையான அழகைத் தந்து கொண்டிருக்கின்றன. அந்தந்தக் கடைகளில் முண்டியடிக்கிறது கூட்டம். இது தவிர்த்த, சைக்கிளில் காபி, டீ விற்கும் வியாபாரிகளும் அங்கும் இங்குமாக அலைந்து கொண்டிருக்கிறார்கள். மரங்களுக்குக் கீழே, தென்னை மற்றும் நுங்கு வியாபாரிகளும் தீட்டப்பட்ட அரிவாள்களுடன் வியாபார பரபரப்பில் இருக்கிறார்கள். தேர் சுற்றும் நான்கு வீதிகளில் அமைக்கப்பட்டிருக்கிற இலவச பானகாரம், நீர் மோர் வழங்கப்படும் தட்டிப் பந்தல்களிலும் கூட்டம் அலைமோதுகிறது.

பின்னால், பெண்கள் இழுக்கும் சின்னத் தேர் வருகிறது. அதன் உயரமும் வடமும் சிறியதுதான். எப்போதும் அத்தேர் வேகமாக நிலையத்துக்குச் சென்றுவிட அது எளிதாக இழுக்கப்பட்டு விடுவதும் காரணம். சரசரக்கும் பட்டுப்புடவைகளிலும், வேனலில் நனையும் முகங்களில் இருந்து வடியும் பசையானப் பவுடரை துடைத்துக் கொண்டும் பெண்கள் வடம்பிடித்து இழுக்கிறார்கள், பக்தியோடு. கூடவே, 'கல்யாணியம்மா, காப்பாத்தும்மா' என்ற கோஷங்களும் வந்துவிழுகின்றன.

முன்னொரு காலத்தில் இதே சின்னத்தேரை, நிலையத்துக்கு இழுத்தபோது, அம்மனை கும்பிடுவது போல, அவளோடு கைபிடித்து நின்ற நாட்கள், ஞாபகத்துக்கு வந்து இனிமை தந்து போனது முத்துசாமிக்கு. அவள் கைகளில் இருந்து அவருக்குள் பரவிய அந்த மின்னுணர்வு இப்போதும் ஒரு நொடி படர்ந்து சிலிர்த்துப் போனது. அது காதல் தொடங்கிய காலம். எப்போதும் அவளருகிலேயே இருக்க வேண்டும் என்று தவியாய் தவித்து, அதற்காக ஏங்கி துடித்த காலம். இப்போது மட்டும் அந்த ஏக்கம் போய்விட்டதா என்ன? அது ஆயுள் வரை தொடரும் என்பது பொய்யில்லை. சுகமான நினைவுகளை மீட்டுத் தருகிற, அதன் சுகங்களுக்குள் முங்கித் திளைக்கும் பேரானந்தம் தரும் ஞாபகங்களுக்கு என்ன கைமாறு செய்யலாம்? எதையும் செய்துவிட முடியாதுதான்.

முத்துசாமிக்கு, 'அது, அவள்தானா?' என்கிற சந்தேகம் தொடர்ந்து கொண்டிருந்தாலும் அவள், வள்ளிநாயகியாகவே இருந்துவிட வேண்டும் என்று, தேரில் அமர்ந்தபடி அருள் பாலிக்கும் சைலப்பரை மனமுருக வேண்டிக் கொண்டார். மனமுருக என்றால், கிட்டத்தட்ட கண்ணீர் பொங்கி வடியும் அளவுக்கு உருகியிருந்தார். இந்த ஏக்கம், காதலின் வலி பற்றி சைலப்பர் அறியாதவரா

என்ன? அக்கம் பக்கத்து ஊர்களையும் சேர்த்து சில லட்சம் பேர்களைக் கொண்ட இம்மக்களுக்கு அருளாசி வழங்குகிற சைலப்பர், அவர்களின் கோரிக்கைகளையும் நிறைவேற்றித் தருவதாகச் சொல்கிறார்கள். அதில், முத்துசாமியின் இச்சிறு காதல் கோரிக்கையும் அவரின் கரிசனத்துக்குள் வராதா? என்ற யோசனையும் உண்டு.

திருமணமாகிவிட்ட பெண் ஒருத்தியின் முன்னாள் காதலனுடைய கோரிக்கையை, தேரில் வரும் சைலப்பர், காதல் கணக்குக்குள் வைப்பாரா? அல்லது பத்திரிகை செய்திகளின்படி, இது தகாத காதல் வகைக்குள் வருமா என்ற யோசனையும் வந்து போயிருந்தது. தகுந்ததோ, தகாததோ, காதல் என்ற வகைமைக்குள் வந்தபின் அது காதலாகத்தானே இருக்க முடியும் என்ற சமாதானமும் சரி செய்துபோனது.

அவள் வள்ளிநாயகிதானா? என்ற முத்துசாமியின் சந்தேகத்துக்கான காரணம், அப்போதைய வள்ளிநாயகிக்கும் இப்போதைய நாயகிக்குமான கால இடைவெளி, சுமார் முப்பது ஆண்டுகள். பல மற்றங்களைத் தானாகவே கொண்டு வந்து சேர்த்து விடுகிற காலம், முகச் சாடைகளை மட்டும் அப்படியேவா வைத்திருக்கும்?

தன்னுடன் படித்த, அந்தக் காலத்தில் பயல்களைக் கிறங்கடித்த சீதா, இப்போது அப்படியேவா இருக்கிறாள்? கல்லூரியில், அவளை விரட்டி விரட்டிக் காதலித்த கடையம் சிக்கந்தர், தூக்க மாத்திரைகளைத் தின்று தற்கொலைக்கு முயன்றான். அம்பாசமுத்திரம் தர்மாஸ்பத்திரி அவன் உயிரை பத்திரமாகக் காப்பாற்றியதால், இப்போது அவன் பொட்டல்புதூரில் வியாபாரியாக இருக்கிறான். இவனைப் போலவே ரவணசமுத்திரம் நாராயணன்,

தனது சமூகத்தைச் சேர்ந்தவன் என்ற உரிமையில் அவளைப் பின் தொடர்ந்து போதைக்கு அடிமையாகி, எங்கிருக்கிறான் என்று தெரியாமல் போனான். இதற்கு சீதா லட்சுமியை காரணம் சொல்ல முடியாததுதான். ஆனால், அந்த பேரழகி சீதா இன்று எப்படி யிருக்கிறாள்?

எங்கோ வெளிநாட்டில் வசிக்கும் வசதியான அவளை, கடந்த கோடையில் பார்த்தபோது, அவள் யாரோபோலதான் இருந்தாள். அவளாகக் கூப்பிட்டு, 'என்ன முத்து, எப்டியிருக்கெ? என்று கேட்டிருக்காவிட்டால், அவளை யாரோவென்றுதான் நினைத்திருப்பான். அவள் அழைத்தபோது, இங்கு யார் இப்படி தன்னைப் பேர் சொல்லி அழைக்கப் போகிறார்கள்? என்று திரும்பிப் பார்த்தான். அவனுக்கு அவள் பிடிபடவில்லை என்றாலும், 'நா நல்லாருக்கென். நீங்க?' என்று இழுத்தான்.

'என்னெய தெரிலயா? சீதா.., பாட்டு சீதா' என்றதும்தான் புரிந்தது. பள்ளி ஆண்டுவிழாவில், 'மேகமே மேகமே பால்நிலா தேயுதே...' என்ற பாடலை அவள் பாடி முடிக்கும் முன்பே, வேகமாகக் கைதட்டியதும் ஆர்வமிகுதியில் விசிலடித்ததும் ஞாபகத்துக்கு வந்தன. இதற்காக ஹெட்மாஸ்டர் அறைக்கு அழைத்து, "இது ஸ்கூலா, தெருவாடா?" என்று கடுமையாக எச்சரித்து அனுப்பினார். இந்த விசிலுக்காகவே அவளது தந்தை அவனை ரவுடி பட்டியலில் சேர்ந்திருந்ததும் பழங்கதை. அந்தப் பாட்டு சீதாவா இது?

'என்னுள்ளில் எங்கோ ஏங்கும் கீதம் ஏன் கேட்கிறது?' பாடலை சீதா பாடி கேட்க வேண்டுமே! கண்களை மூடிக்கொண்டு ஸ்கூல் மைக் முன்னால் அவள் ஏற்ற இறக்கத்துடன் இழுத்துப் பாடும் அழகில் மொத்த ஸ்கூலும் மெய்மறந்துவிடும். அப்படியொரு பரவச

அனுபவத்தை தருகிற பேரழகு கொண்ட அந்தப் பாட்டுச் சீதாவுக்கு, அப்போது ரசிகர்கள் அதிகம். அதில் முத்துசாமியும் ஒருவன். அவள் யாரையும் கண்டுகொள்ள மாட்டாள்.

இப்போது மொத்தமாக மாறியிருந்தாள். அவளுக்கு அழகாக இருக்கும் முன்வரிசை பற்களில் இரண்டு விழுந்தும் வழுவழுவென இருக்கும் உப்பிய கன்னங்கள் ஒடுங்கியும் யாரோ ஒருத்தியாகத்தான் இருந்தாள். ஆனால், அந்தக் காலகட்டத்தில் தன்னை ஏதோவாக நினைத்து, யாரிடமும் பேசாமல், மதிக்காமல் சென்றவள், இப்போது அழைத்துப் பேசியது அவனுக்கு ஆறுதலாக இருந்தது. இதைத் தத்துவம் என்றுகூட நினைத்தார். இப்போதும் அவள் பாடுகிறாளா? என்று கேட்க நினைத்து மறந்ததும் ஞாபகத்துக்கு வந்தது.

கூட்டம் விலக்கி, வேகவேகமாக நடக்கிறார் முத்துசாமி. அவள் பற்றிய ஞாபகப் பரபரப்பில், கூட்டத்தில், நாக்கை வெளியே நீட்டி, அந்தப் பக்கமும் இந்தப்பக்கமுமாக ருசித்து நக்கி, குச்சி ஐஸை சாப்பிட்டுக் கொண்டிருந்த சிறுவன் மீது மோதினார். இத்திடீர் மோதலில் அவன் கையில் இருந்த ஐஸ், தரையில் விழுந்து, மண்ணானது. சிறுவனின் உதட்டின் மேல், கீழ் மற்றும் கன்னங்களில் இழுவப்பட்ட ஐஸ், ரோஸ் நிறத்துடன் காட்சியளித்தது. முறைத்துப் பார்த்தான் அவரை. அந்தப் பார்வை, 'யோவ், வக்கெட்ட, தட்டிட்டு மயிரெ பாரு சொக்கான்னு போற?' என்பதாக இருந்தது. அதோடு கீழே விழுந்து மண் அப்பியிருக்கிற அந்த ஐசையும் அவன் ஒரு முறை, ஏக்கமாகப் பார்த்து எச்சில் ஊறினான்.

அதைப் புரிந்து கொண்டவராக, 'பாக்காம இடிச்சிட்டன்டே... இந்தக் கூட்டத்துக்குள்ள இப்டியா தின்னுட்டு வருவெ?' என்று

சமாளித்த முத்துசாமியை, அந்தச் சிறுவனின் அப்பாவும் முறைத்தார். சிறுவன், விழுந்துகிடந்த ஐசை மீண்டும் பார்த்தான். அதன் மீது இரண்டு மூன்று பேரின் கால்கள் ஏறியதும், வெறுப்பாக இன்னொருமுறை முறைத்தான். ஐஸ் வாங்கி தராத தனது அப்பாவை ஏசிக்கொண்டே வந்த மற்றொரு சிறுவன், அந்த ஐஸின் மீது ஒரு காலால் ஏறி நின்று, "ஐ, காலு குளுந்து கெடக்கு' என்றான். பிறகு மற்றொரு காலை வைத்து குளிர் உணர்ந்துகொண்டிருந்தான், சிரிப்பாணியாக.

'ஓரமா நின்னு தின்னுட்டு வந்ருக்கலாம்லா...' என்று புன்னகையோடு சொல்லிவிட்டு முன்னேறுகிறார் முத்துசாமி. அவர் அவசரம் அவருக்கு. 'ஒன்னலாம்...' என்று சிறுவனை அடிப்பதற்கு கையை ஓங்கிய அவனது அப்பாவைக் கவனிக்காமல் நடக்கிறார் அவர்.

நான்கைந்து பெண்களுடனும் ஒரு பெரியவருடனும் சின்னத்தேர்போல் அசைந்து சென்று கொண்டிருக்கிறாள், வள்ளிநாயகி. அவளுடன் நிற்பவர்கள் யாரும் முத்துசாமிக்குத் தெரிந்தவர்கள் இல்லை. அவள் கணவர் வழி சொந்தங்களாக இருக்கலாம். இல்லை அவளின் அக்கம்பக்கத்துவீட்டு ஆட்களாகவும் இருக்கலாம். அருகே செல்ல செல்ல அது அவளேதான் என்பதை உறுதிப்படுத்தியது, தோற்றம். கொஞ்சம் பூசினாற்போல் ஆகியிருக்கிறாள். பூசினாற்போல் என்றால், இடுப்பு பெருத்து அல்லது மொத்த மேனியே உப்பியது போலல்லாமல் கொஞ்சம் சதைப் பிடிப்போடு இருக்கிறாள்.

அப்போது, அவளை நரம்புக்கு ஒப்பிடுவாள் அவள் அம்மா. அவர்கள் வீட்டு வயலும் முத்துசாமி வீட்டு வயலும் அருகருகே தான். எப்போதாவது இந்த அம்மாக்கள் ஒரே நேரத்தில்

களையெடுக்க வந்தால், வீட்டுக்கதைகள் இப்படி நடக்கும்.

“எங்கூட்டுல ஒண்ணு வளருதெ நரம்பு மாரி, தேவாங்குக்கு துணையா! என்னத்த வடிச்சுக் கொட்டுனாலும் தேற மாட்டங்கு. இன்னும் என்ன இடிச்சு கொடுக்கன்னும் தெரியல. கஞ்சிக்கு வழியில்லாதவா பிள்ளேலே, குட்டியானை மாரி இருக்குவோ. இவா, நாளுக்கு நாளு தேய்ஞ்சுட்டுதாம் போறா... இவாளாம் என்னத்த புள்ள பெத்து வளக்கப் போறாளோ?” என்பாள் வருத்தத்தோடு.

”இப்ப உள்ள பிள்ளேலுலாம் இப்டிதாம் இருக்குவோ மைனி. இதாது பரால்ல. ஒல்லியா இருக்கணும்னே, மேலத்தெரு பிள்ளேலு ஒத்தநேரம்தாம் சாப்புடுதுவளாம்?”

“இதென்ன கூத்தா இருக்கு? நம்ம காலத்துலலாம் பிள்ளெ பெக்க போற ஒடம்புன்னு கண்டதும் கழியதையும் தின்னு தின்னுன்னுலா கொடுப்பாவோ. இன்னைக்கு எல்லாம் ஏறுக்கு மாறா இருக்கு”

“எங்க வீட்டுலயும்தாம் ஒன்னு இருக்கெ! ரெண்டு குத்து சோத்துக்கு மேல ஏறங்காது மொதலாளிக்கு. புளித்தண்ணியும் மாங்காத்துண்டும் மட்டும் இருந்தா போதும் நாலு சட்டி திம்பாம். அதுக்காவ தெனமும் புளித்தண்ணியவா வச்சிட்டு இருக்க முடியும்? இதெ எங்க போயி சொல்லன்னு தெரியல”

இப்படி தொடரும் பேச்சு பிறகு, பக்கத்துவீடுகளின் பஞ்சாயத்துகளுக்குச் செல்லும் என்பதால், அது தேவையில்லாதது.

இடுப்பில் லேசான மடிப்பு விழுந்திருக்கிறது, அவளுக்கு. தலையின் பின்பக்கம் நரைத்திருக்கும் இடத்தில் அடித்திருக்கிற 'டை' மங்கலாகத் தெரிகிறது. இன்னும் நான்கைந்து நாட்களில் அது முழுமையாக நரைமுடிகளை வெளிப்படுத்தும். இடது தோளில் தொங்கிக் கொண்டிருக்கிறது, அழகான வடிவமைப்புடன் கூடிய ஹேண்ட்பேக். இந்தக் கூட்டத்துக்குள் அது திருடு போகவும் வாய்ப்பிருக்கிறது. அதை அவள், பத்திரமாக வைத்துக் கொள்ள வேண்டும் என்கிற அக்கறை முத்துசாமிக்கு.

வள்ளிநாயகி மீதான காதல் எங்கு, எப்போது தொடங்கியது என்பது அவருக்குத் தெரிய வில்லை. மோர், பால் கணக்குக்கு சுவரில் கோடு கிழிக்கும் அம்மாவை போல, காதல் கணக்குக்கு ஏதும் வழி இருக்கிறதா என்ன? அல்லது இந்தத் தேதியில் பார்த்தது, இந்தத் தேதியில் ஆரம்பித்தது என்று சொல்லிவிட முடியுமா? முடியாததுதான். வள்ளிநாயகி உறவுக்காரப் பெண் என்பதால், இருவரும் சிறுவயதில் இருந்து பழகி வருபவர்கள். ஆனாலும் பாண்டிராசா கோயில் கொடையின் மூன்றாவது நாள், படைப்புச் சோறு வாங்கும்போதுதான், அவளிடம் இருந்து வந்த அந்தப் பார்வையைக், காதலென உணர்ந்தார். அவனுக்கானப் படைப்புச் சோறு சட்டியை அவளே எடுத்து வந்து "இந்தாங்க ஒங்க சோறு" என்று வார்த்தைகளைத் தின்று அவன் கையில் திணித்துவிட்டுப் பார்த்தப் பார்வையில் இருந்த தவிப்பையும் தடுமாற்றத்தையும் வெட்கத்தையும் அது ஏதோ பேசுவதையும் பார்த்தார். அப்பார்வை அப்படியே கண்களுக்குள் நின்றுவிட்டது.

பார்க்கிற எந்த பெண்ணிடமும் ஏற்படாத அந்த உணர்வு, இவளிடம் மட்டும் ஏற்பட்டது ஏன் என்ற கேள்வியை அவர் கேட்டுக்கொண்டிருந்தபோதுதான், அதைக் காதலென உணர்ந்தார். அது தனக்குள் ஏற்படுத்தும் மாற்றங்களை வியந்தார். இப்போதும் அதன் ஆழம்தான் தொடர் துன்புறுத்தலுக்கு ஆளாக்கி, அவளைத் தேடச் சொல்லிக் கொண்டிருக்கிறது, ஒரு கோட்டிக் காரனைப் போல.

நீங்கள் நினைப்பது போல, வள்ளிநாயகியை, பேரழகி பட்டியலிலோ, தேவதை வரிசையிலோ வைத்துவிட முடியாது. அவள் அக்கம் பக்கத்து வீட்டுப் பெண்களைப்போலவே, கருநிறம்தான். அம்மா, அதை 'புது நெறம்லா' என்பாள். அவள் வசீகரிக்கும் தோற்றத்தையோ, அல்லது பெண்களைப் பற்றி வந்திருக்கிற வர்ணனைகள் எதற்குள்ளும் அகப்படாதவள். பிறகெப்படி அவள் மீது காதல் வந்தது? என்கிற ஆச்சரியம் அவனுக்கு உண்டு. எந்த வரையறைக்குள்ளும் இல்லாத ஏதோ ஓர் ஈர்ப்பு அவளிடம் இருக்கிறது. அது தன்னை இழுத்து அவள் பார்வைக்குள் முடித்து வைத்திருப்பதாக உணர்ந்தார்.

பிறகொருநாள், அவர் வீட்டுக்கு வந்த வள்ளிநாயகி, 'ஏத்தெ, இதெ அத்தானுக்கு வச்சுக்கொடுங்க, நானே செஞ்சது" என்று, நெத்திலிக் கருவாட்டுத் தலை மொளவாடியை, சிறு சம்படம் ஒன்றில் வைத்துக் கொடுத்துவிட்டு, தன் காதலை உறுதியாக ஊன்றிவிட்டுப் போனாள். பழைய சோற்றுக்கு அந்தப் பொடி மட்டும் இருந்தால் போதும். முத்துசாமிக்கு இரண்டு சட்டிச் சோறு இறங்கும் என்கிற 'குடும்ப' ரகசியத்தைத் தெரிந்து வைத்திருந்தாள்.

வழக்கமாகக் காதலிகள், ரோஜா, அழகழகான வாசகங்கள் எழுதப்பட்ட அட்டைகள் உள்ளிட்டவற்றைக் கொடுத்து காதல்

வளர்க்கும்போது, இப்படி காதல் வளர்த்தது உலக காதலிகளில் இவள் ஒருத்தியாகத்தான் இருப்பாள். பிறகு மவுனமாகவே பல நாட்களாகத் தொடர்ந்த சந்திப்பு, செம்புலப்பெயல் நீரான காலத்தில், கல்லூரி படித்துக் கொண்டிருந்தார் முத்துசாமி.

தெருவில் இருக்கிற கருவைமுட்கள் அடர்ந்திருக்கிற ஒற்றையடி பாதை கொண்ட அந்தத் தோட்டம், அக்ரஹாரத்துக்குச் செல்லும் ஆட்கள் யாரும் வராத முடுக்கு, மாடுகள் அடைந்திருக்கும் தொழுவுக்கு அருகில், உடைந்து விழுந்து கிடக்கும் பழங்கால வீடு... தண்ணீர் எடுக்கச் செல்லும் சின்ன வாய்க்கால் பாதை ஆகியவை காதல் வளர்க்கும் இடங்களாக மாறியிருந்தன.

அந்த சின்னவாய்க்காலில்தான், பருவம் எய்திய முத்துசாமிக்கு மறக்க முடியாத, மறக்கவே முடியாத முதல் முத்தம் கிடைத்தது. வாய்க்காலும் வாய்க்கால் கரையும் அருகருகே வளர்ந்து நின்று வேடிக்கைப் பார்த்த பெருமரங்களும் இப்போதும் அப்படியே இருக்கின்றன. ஆனால், அந்த அவளும் அவரும் வராத அவ்விடம் எதை கொண்டு நிரம்பியிருந்தால் என்ன?

நிலா காலம் ஒன்றின் கருக்கலில், வாய்க்காலுக்குத் தண்ணீர் எடுக்க வந்திருந்தாள் அவள். அது மரங்களடர்ந்த பகுதி. எங்கும் பச்சையாக இருக்கும் அந்தப் பகுதியில் தான், ஏறுவதற்குச் சிரமம் தரும் உயர்ந்தத் தென்னை மரங்கள் அதிகம். 'வீட்டுக்காகாத' நாட்களில் அந்தத் தெருப் பெண்கள், இந்தப் பகுதியில் பொழுதைக் கழிப்பது வழக்கம். இரண்டு வீடுகளுக்கு இடையில் ஒரு மாட்டு வண்டிச் செல்லும் அளவுக்கான இடம் வாய்க் காலுக்கான பாதையாக இருந்தது. அவ்வழியை, தண்ணீர் எடுக்கப் பயன்படுத்தினார்கள் இளம் பெண்கள். வாய்க்காலின் மறுகரை வயக்காடுகளையும் தோப்புகளையும் கொண்டிருந்தது. அதில்

பல வயல்களை சம்சாரிகள், அக்ரஹாரத்து ஆட்களிடமிருந்து 'பாட்டத்துக்கு பயிர் செய்துவந்தார்கள்.

முத்துசாமி, காணாமல் போன கன்னுக்குட்டியைத் தேடிக் கண்டுபிடித்து அவ்வழியே வந்து கொண்டிருந்தான் அன்று. இடுப்பளவு தண்ணீருக்குள் இறங்கத் தயங்கி நின்ற குட்டியைத் தூக்கி நெஞ்சோடு அணைத்துக்கொண்டு, வாய்க்காலுக்குள் இறங்கினான். எதிரில் வள்ளிநாயகி, வந்துகொண்டிருந்தாள், இடுப்பில் குடத்தோடு. இதுவரை இல்லாததொரு உணர்வு தனக்குள் ஊடுருவுவதை அறிந்தான். அருகில் வந்ததும் புன்னகைத்தான்.

காற்று வேகமாக வீசியது. அதன் வேகத்தில் வாய்க்கால் தண்ணீர், வெளியே தெறித்துக் கொண்டிருந்தது. அதன் சாரல் கழுத்தில் பட்டுச் சிலிர்த்தது. முத்துசாமி, அவளைப் பார்த்தபடி கன்னுக்குட்டியைத் தரையில் விட்டான். அது அங்குமிங்கும் துள்ளியபடி தலையை ஆட்டி ஓடத் தொடங்கியது. இனி பிரச்சினையில்லை. குட்டிக்கு வழி தெரியும்.

"மெதுவா போய் தொலெ. துள்ளாட்டத்தெ பாரேன், மூஞ்ச மூஞ்ச ஆட்டிட்டு" என்றான் குட்டியைப் பார்த்து.

வள்ளிநாயகி குடத்தைக் கையில் வைத்துக்கொண்டு நின்றாள். நிறம் வெளுத்த ரோஸ் தாவணியும் ஊதா பாவாடையும் அணிந்திருந்தாள். ஜாக்கெட் மஞ்சள் நிறத்தில் புதிதாகத் தெரிந்தது. அங்கு வேறு யாரும் இல்லை. அவன், அருகில் சென்றான். படித்துறையில் படுத்திருந்த அக்ரஹாரத்து வெருவு, மியாவ் என்று கத்தி ஓடியதும் அங்கும் இங்கும் திரும்பிப் பார்த்துக்கொண்டான்.

அவன் இப்போது அவள் கையை மெதுவாகப் பிடித்து விரல்களோடு இணைத்தான். அவள் விரல்கள் அவனுக்குள் ஊசி கொண்டு குத்தியதுபோல ஏதோ செய்தன. மெதுவாக விரல்களை வருடினான். அதன் சுகத்தை அவள் உணர்ந்தாள். அவன் முகம் பார்ப்பதைத் தவிர்த்து புன்னகைத்தாள்.

“யாராது வந்துருவாவோ” என்று மெதுவாகச் சொன்னவள், அவன் கையில் இருந்து விரல்களை மெதுவாக இழுத்தாள். இப்போது மீண்டும் ஒரு முறை அங்கும் இங்கும் பார்த்துவிட்டு, “ஒருத்தருமில்ல” என்றான். அவள், அவன் முகத்தை வேகமாக இழுத்து உதட்டில் முத்தமிட்டாள். இது, அவன் எதிர்பாராதது. இந்தத் திடீர் தாக்குதலில் அவன் நிலை குலைந்து போனான். பிறகு சுதாரித்து, அவளைக் கட்டிப் பிடித்துக்கொண்டான். இதுவரை கிடைக்காததொரு உணர்வு. இன்னும் வேண்டுமாக இருக்கிற உணர்வு அது. அவன், அந்த முத்தத்துக்குள் தொலைந்து போனான். இப்படி இந்த இளம் கருக்கலில், சுற்றி வளர்ந்திருக்கிற எருக்கலைச் செடிகள், காற்றில் ஆடுகிற மரங்கள் மற்றும் தூரத்தில் நின்று வேடிக்கை பார்க்கும் அக்ரஹாரத்து வெருவு சாட்சியாக அவர்கள் கட்டிப் பிடித்து முத்தம் கொடுத்ததை எந்த மனிதரும் பார்க்கவில்லை என்பது அவர்களுக்கான ஆறுதல். ஆனால், அதைத் தொடர்ந்து அனுபவிக்க முடியாதபடி, மறுகரை வாய்க்கால் வரப்பில் இருந்து வந்த பேச்சொலி வலுகட்டாயமாகப் பிரித்தது.

“மந்த்ராங்கொளத்துல இப்பம்லாம் ஒத்த தாமெரய காணுமே”

“மத்த கொளத்துல மட்டும் நெறஞ்சால கெடக்கு?”

“இல்ல, ஒண்ணு ரெண்டாது கெடக்கும்லா”

“இப்பம்லாம் எல்லா கொளத்துலயும் தாழையோ வளந்துட்டதால, தாமரைய காணால”

“அப்டியே ஒண்ணு, ரெண்டு பூத்தாலும் பக்கத்து தோப்புக்காரனே பறிச்சுட்டு போயிருவாம்”

“செரி, செரி, நாளைக்கு மாட்டை எங்கெ பத்திட்டு போப்போற?”

“அதெ அப்பம்லா யோசிக்கணும்”

–இது மேலத் தெரு ஆட்கள். இருவரையும் ஒன்றாகப் பார்த்தால் எதும் நினைக்கலாம். அவள் சத்தம் போடாமல், குடத்தில் தண்ணீர் எடுத்துவிட்டு நடந்தாள். முத்துசாமி அந்த முத்தச் சம்பவத்தில் சுகமாக முங்கித் திளைத்துக் கொண்டிருந்தான். மீண்டும் மீண்டுமாக அதை நினைத்தபடியிருந்தான். தனக்குள் ஒரு கிறுகிறுப்பு நடப்பது அவனுக்குத் தெரிந்தது. அவள், சிறிது தூரம் சென்றபின் நின்று திரும்பிப் பார்த்துச் சிரித்தாள். அவன் வேகவேகமாக அவளருகில் சென்றான். ஏதோ செய்யப் போகிறான் என்று எதிர்பார்த்தாள். எதிரில், விஏஓ வந்ததால், அவன் விலகிக் கொண்டான். அவள் கிண்டலாகப் புன்னகைத்தாள். அவர், அவர்களைக் கடந்த பிறகு, “பொல்லாதவா நீ” என்றான், மெதுவாக.

“இவரு பச்சப்பிள்ள?”

“இன்னொரு மட்டம்?”

“என்னது?”

“நீ தந்தது”

“அளவுக்கு மீறுனா அமிர்தமும் நஞ்சாம்லா”

“இதுலாம் நல்லா பேசு”

–க்ளுக்கென சிரித்துக்கொண்டாள். அக்ரஹாரம் தாண்டியதும் தெரு. இருவரும் யாரோ போல கண்டுகொள்ளாமல் சென்றனர்.

இந்த நேரத்தில் ஊரில் புதுப்பழக்கம் பரவி இருந்தது. பக்கத்து ஊரான விக்கிரமசிங்கப்புரத்தில் இருந்து, டெக் எடுத்து வந்து திரைப்படங்களை, வீட்டுக்கு வந்து போடும் பழக்கம் இருந்தது. இதைக் காதல் வளர்க்கும் கருவியாக்கிய முத்துசாமி, நண்பர்களின் உதவியுடன் அந்தத் தெருவுக்குப் பொதுவான திண்டில் விசேஷ நாட்களின் இரவுகளில், திரைப் படங்களைக் கொண்டு வந்து போட்டான்.

திரையிடப்பட்ட படங்களில் அதிகம் இடம் பெற்றது, ராமராஜனின் காதல் படங்கள். இந்தப் படங்களும் அதன் பாடல்களும் முத்துசாமி–வள்ளிநாயகியின் காதல் வளர்க்க அரும்பாடு பட்டுக் கொண்டிருந்தன. தெருவே கூடி திண்டருகே படம் பார்த்துக் கொண்டி ருந்தபோது, முத்துசாமியும் வள்ளிநாயகியும் சாண வாடை புழங்கும் தொழுவுக்கு அருகே இருட்டில் நின்று அவ்வப்போது முத்தங்களைப் பரிமாறிக் கொண்டனர். பாடல் காட்சிகளில் அவன் ராமராஜனாகவும் அவள் கவுதமியாக, ரேகாவாக, ரேவதியாக மாறியிருந்தார்கள். காதலுக்காக உயிரை விடவும் சத்தியம் செய்துகொண்டார்கள். ஒவ்வொரு படம் போடும்போதும் முத்த எண்ணிக்கை அதிகரித்துக்கொண்டே இருந்தன. இந்த மேஜிக்கை

காதல் மட்டுமே செய்வது எப்படி என்கிற யோசனை முத்துசாமிக்கு அப்போதே இருந்தது.

“எப்பம் பாத்தாலும் ராமராஜன் படமா போடுதியளே, இந்த எம்.ஜி.ஆர்., சிவாஜி, ரஜினி, கமல் படம்லாம் போடலாம்லா” என்ற நியாயமான கோரிக்கைகளை மற்றவர்கள் வைத்தார்கள். அதன் பொருட்டு காதலுக்கு முக்கியத்துவம் கொண்ட படங்கள் மட்டுமே அதிகம் அங்கு போடப்பட்டன. வள்ளிநாயகியின் தாத்தா, பக்தி படம் கேட்ட கோரிக்கை முதலிலேயே அனைவராலும் நிராகரிக்கப்பட்டது.

அடிக்கடிப் படம் போடுவதன் காரணத்தை சிலர் கண்டுபிடித்ததன் விளைவாக, முத்துசாமியிடம் நேரடியாகவே கேட்டுவிட்டார்கள்.

“ஏலெ அது ஒங்க சொந்தக்கார பிள்ளதானெ. வீட்டுல பேசித் தொலெக்கலாம்லா. இப்டி அங்க படத்தைப் போட்டுட்டு, நீ இங்க ஒக்காந்து சொரணாவிட்டு இருக்கது நல்லாவா இருக்கு. மத்த தெருக்காரனுவோ பார்த்தா என்ன நெனப்பானுவோ?” என்றனர்.

இந்தப் பேச்சு, அப்படியே குடும்ப பெரியவர்களின் காதுகளுக்குள் அரசல் புரசலாகச் சென்ற போது, யாரும் பெரும் குற்றமாகக் கருதவில்லை. ஒரே குடும்பம் என்பதால் இந்தக் காதல் நிறைவேறும் என முத்துசாமியும் வள்ளிநாயகியும் ஆணித்தரமாக எண்ணியது, அறியா பிழை. குடும்ப முன்பகை காதலைக் காவு வாங்கும் என்பதை அவர்கள் அப்போது அறியவில்லை.

4

தென்காசியில் உறவுக்காரர் திருமணம். ரயில்வே ஸ்டேஷனுக்கு போகும் வழியில் இருந்த மண்டபத்தில் கல்யாணம் முடிந்ததும் பழைய குற்றாலத்துக்குப் போவது என்று குடும்பம் முதலிலேயே முடிவெடுத்திருந்தது.

சொந்தக்கார முத்தையா, பழைய குற்றாலம் அருகே வனத்தை ஒட்டிய பகுதியில் தோப்பு ஒன்றைப் புதிதாக வாங்கியிருந்தார். “இங்ஙன சும்மாதாம் கெடக்கியோ, எந்தோப்பை வந்து ஒரு எட்டு பாத்துட்டுப் போங்கன்னா, வரமாட்டேங்கியளெ?” என்று ஏழெட்டு முறை சொல்லிப் பார்த்துவிட்டார். அவர் இப்படி அழைக்க, தன் சொத்துபத்துகளை அறிந்து தன்னைப் பெருமையாக நினைக்க வேண்டும் என்கிற உயரிய நோக்கம்தாம். இதன் மூலம் தன்னை விட வசதியான இடத்தில் தன் மகனுக்குப் பெண் இருந்தால் சொல்லிவிடுவார்கள் என்கிற சுயநலமும்.

ஒவ்வொருவருக்கும் ஒவ்வொரு வேலை. மொத்தமாக வருவதற்குச் சாத்தியப்படவில்லை. இந்தக் கல்யாணத்தை முடித்துவிட்டு அந்தத் தோப்புக்குச் செல்வதென ஏற்கெனவே முடிவு செய்துவிட்டார்கள் குடும்பத்தினர். கல்யாணச் சாப்பாடு முடிந்ததும் இரண்டு வேன்களில் புறப்பட்டார்கள். சுப்பையா, முதலிலேயே தோப்புக்குச் சென்றுவிட்டார்.

பழைய குற்றாலம் சாலையில் எதிர்காற்றில் போவதே குளுகுளுவென இருந்தது. சுற்றிலும் வயக்காடும் தோப்புகளும் ரசனையாக இருந்தன. அருவிக்குச் செல்லும் பாதையின் முன்

பக்கம் இருந்த சிறிய சாலையில் இடதுபக்கம் திரும்பினார்கள். அது வனத்தின் அடிபாகம்.

தோப்பு வந்துவிட்டது. தாழைகளாலான வேலி இருந்தாலும் வாசலில் பெரிய இரும்பு கேட். தோளில் துண்டுடன் நின்ற வயசாலி, வேன் நின்றதைப் பார்த்தும் முத்தையா சொன்ன ஆட்கள் அவர்கள்தான் என்பதைப் புரிந்துகொண்டார். கல்யாண வீடுகளுக்கென்று செல்வதற்கான நடை, உடை, பாவனை மற்றும் நகையலங்காரங்கள் அவர்களிடம் இருந்ததால், அது சொல்லாமலேயே புரிந்தது.

"வாங்க வாங்க" என்ற அந்த வயசாலி, கேட்டை திறந்துவிட்டார். உள்ளே எங்கெங்கும் மரங்களாகத் தெரிந்தன. இந்த மத்தியான வேளையிலும் கருக்கலைப் போல நிழல் படர்ந்து கிடந்தது தோப்பு. சுற்றிப் பார்த்தால் அதுவே தனி காடு போல தெரிந்தது. உள்ளே போத்திக்கு சிறு பூடம் இருந்தது. அப்பூடத்தின் முன் தீபமேற்ற வைக்கப்பட்டுள்ள விளக்கு செடிகளடர்ந்தும் போடப்பட்ட மாலை கருகியும் தொங்கிக்கொண்டிருந்தது.

தேங்காய்களும் மாங்காய்களும் ஆங்காங்கே குவித்து வைக்கப்பட்டிருந்தன. சில மரங்களின் வேர்கள், பாதையில் வளைந்து நெளிந்து கிடந்தன. எல்லோரும் முன்னே சென்று கொண்டிருந்தார்கள். கல்யாண வீட்டு சாப்பாட்டைக் குறை சொல்லியபடி அவர்கள் போனார்கள். அதில் எக்காளச் சிரிப்பும் நையாண்டியும் கூடவே இருந்தன. முத்துசாமி, தொண்டையை லேசாகக் கனைத்து வள்ளிநாயகியின் கவனத்தைத் திருப்பினான். அவள், அவளின் அம்மாவுடன் பேசியபடி சென்று கொண்டிருந்தாள். திரும்பிப் பார்த்தவளிடம் நடையை மெதுவாக்கி பின்னால் வா என்று சைகை செய்தான்.

அவள் அதன்படியே, பாவ்லா பண்ணிக்கொண்டு மெதுவாக நடந்தாள். எல்லோரும் முன்னேறிச் செல்ல, முத்துசாமியும் அவளும் கடைசியானார்கள்.

ஓரிடத்தில் பாதையின் மேலே, எப்போதோ மழை நாளில் சாய்ந்த பெரும் மரம் ஒன்றின் காய்ந்த கிளை, நடக்கும் இடத்தை மறித்தபடி கிடந்தது. எல்லோரும் அங்கு மட்டும் குனிந்து கடந்தார்கள். முத்துசாமி, இப்போது வள்ளிநாயகியை லபக்கென்று தூக்கி, கிளையின் மேலே தொங்கவிட்டு முன்னால் சென்றான். இதை எதிர்பார்க்காத அவள், கிளையைக் கைகளால் பிடித்தபடி தொங்கினாள். முதலில் பயந்தவள், பிறகு மேலிருந்து குதித்தாள். அதில் அவள் பாதத்தில் மரவேர் பட்டு லேசாக ரத்தம் கன்னியது. அந்த வலியால் காலைப் பிடித்துக் கொண்டு முகத்தைச் சுழித்தாள்.

முத்துசாமி, “சும்மா, விளாட்டுக்குலா...” என்று சொல்லிவிட்டு அவள் கன்னத்தில் டப்பென்று முத்தம் கொடுத்தான். அவன் முதுகில் செல்லமாக அடித்தவள், ‘இதுக்குத்தான பின்னால வரச் சொன்னது?’ என்றாள். ஆமா, என்றவன் அவள் கன்னத்தைக் கிள்ளி, அவள் உதட்டினருகே முன்னேறினான். அவன் முகத்தைத் தள்ளி, “அங்கங்க ஆளுவோ நிக்கி, யாவம்யிருக்கட்டும்” என்றவள், “கொழுப்பு ” என்று நடந்தாள்.

“ஒன்னய பார்த்தா தன்னால கூடுதுல்லா”

“கூடும் கூடும், ஏங்கூடாது? நரியுடுத ஊளை எதுக்குன்னு தெரியாதாங்கும்”

“எதுக்குன்னு சொல்லேன்”

“ம்ம்”

“இன்னைக்கு எங்கம்மாட்ட சொல்லப் போறேன்”

“என்னத்த”

“நம்ம வெஷயத்தை”

“என்ன சொல்வாவளோ?”

“எங்கம்மை அதுக்குள்ள கண்டுபிடிச்சிருப்பா. பொம்பளைலுதாம் எல்லாத்தையும் கண்டுபிடிச்சிருவாவள”

“எப்டி?”

“ஒரு நாளைக்கு பத்துமட்டம், ஏத்தெ, ஏத்தைன்னு வீட்டுக்கு வந்திருதெ. பெறவு அவெளுக்கு புடிபடாதா?”

“புடிபடட்டும்னுதான வாரெ்ன்”

“நீ பொல்லாதவன்னு தெரியும்”

“நீங்க ஒண்ணும் தெரியாத மண்ணுலா?” -என்று அவள் சொன்னபோது, முன்னாள் ஒரு வளைவில் சென்றுகொண்டிருந்த அவளின் அம்மா, “ஏட்டி வள்ளி, எங்க போய் தொலஞ்செ?” என்று சத்தமாகக் கேட்டாள்.

“இன்னா பின்னால வாரம். வேகமா நடக்காண்டாமா? காலு வலிக்கி” என்றாள்.

“இந்த வயசுலயே காலு வலி, கையி வலின்னா, ரெண்டு மூனு பிள்ளைய பெத்தா, வாசெல விட்டு எறங்கமாட்டெ போலுக்கு”- கடையத்தில் இருந்து வந்திருக்கும் கிட்டு சித்திக் கேட்டாள்.

தனது குச்சில் வடிவிலான கெஸ்ட் ஹவுஸை ஏற்கெனவே சுத்தப்படுத்தி வைத்திருந்தார் சுப்பையா. வாசலில் நின்று அவர்களை வரவேற்ற சுப்பையா, “வந்துட்டேளா? ஏத்தாடி ஓங்கள இங்க கூட்டிட்டு வாரதுக்குள்ள நாம் பட்ட பாடு, இன்னைக்காது வந்தேளே” என்றவர், “எளநீ குடிக்கேளா, நொங்கு வேணுமா? எதை வெட்ட சொல்லணும், சொல்லுங்க” என்றார்.

சிலருக்கு இளநீரையும் சிலருக்கு நொங்கையும் வெட்டச் சொன்னார். வேலையாட்கள் வெட்டிக் கொண்டிருந்தார்கள். அங்கிருந்து வெளியே பார்க்க அழகாக இருந்தது. இதுபோன்றதொரு பசுமைக்குள் வசிக்கும் வாய்ப்பு அதிர்ஷ்டமானதுதான்.

தூரத்தில் சென்றுகொண்டிருந்த இரண்டு மயில்களைப் பார்த்த சின்னப் பிள்ளைகள், ‘ஐ மயிலு மயிலு’ என்று அதன் பின்னால் ஓடின.

“ஏ பிள்ளேளா மெதுவா போங்க, முள்ளு கெடக்கும்” என்ற சுப்பையா, தனது அருமை பெருமைகளை, சுயபுராணமாக தனது வாயாலேயே சொல்லத் தொடங்கினார். பின்னர் அவர்கள் இளநீர் குடித்தும் நொங்கு தின்றும் தங்கள் வயிற்றை இன்னும் பெருக்கிக் கொண்டார்கள். பின்னர், பெரிதாக வளர்ந்து நின்ற மாமரத்தின் கீழே குட்டித் தூக்கம் போட முடிவு செய்தனர். வள்ளிநாயகி குடும்பம் வேறொரு பக்கமும் முத்துசாமியின் வகையறா வேறொரு

பக்கமுமாகச் சாக்குகளை விரித்து ஒருக்குச் சாய்த்து படுத்தும் கால்களை நீட்டியும் அமர்ந்துகொண்டார்கள்.

எதிர் திசையில் வாகை மரத்தினடியில் விரிக்கப்பட்டிருந்த ஜமுக்காளத்தில் குடும்பத்துடன் பேசிக்கொண்டிருந்த முத்துசாமி, வள்ளிநாயகியைக் கைகாட்டி அம்மாவிடம் ஏதோ சொன்னான். திடீர் கிலியால் முகத்தை மேற்கு நோக்கி திருப்பிக் கொண்டாள் வள்ளிநாயகி. அவளுக்குள் தொற்றிய படப்படப்பு மேனியெங்கும் படர்ந்தது. முத்துசாமியின் அம்மா, மூக்கில் கைவைத்து ஆச்சரியம் காட்டிக்கொண்டிருந்தாள். அங்கிருந்தவாறே, வள்ளிநாயகியைப் பார்த்துச் சிரித்தாள். அவன் சொல்லிவிட்டான் என்பது அவளுக்குப் புரிந்தது. அதைத் தொடர்ந்து அவளுக்கு வந்த நாணத்தை ஒருவிதமாக வெளிப்படுத்திக் கொண்டிருந்தது அவள் முகம்.

அவனையும் அவன் குடும்பத்தினர் அமர்ந்திருக்கும் திசையையும் பார்க்கவே அவளுக்கு கூச்சமாக இருந்தது. அவர்களுக்கு முதுகுகாட்டி அமர்ந்துகொண்டாள். அந்த இடம் அவளுக்கு வேறொரு உலகமாகத் தெரிந்தது. வானத்தில் இருந்து இறக்கைகளுடன் பறந்து வந்த தேவதையொருத்தி, வள்ளிநாயகியைத் தொட்டாள். தேவதையின் கைபிடித்து அவளுடன் பறந்தாள். இதுவரை சந்தித்திராத பறத்தலின் சுகத்தை உணர்ந்தாள். இந்தப் பறத்தல் அல்லது மிதத்தலின் வியப்பை ரசித்தபடி அவள் சிரித்துக்கொண்டாள். வானம் மேகங்களின்றி நீலமாக இருந்து. இங்கு நீலத்தை நீளமாகப் பூசியது யாராக இருக்கும்?

உயரத்தில் எங்கோ பறந்துகொண்டிருக்கும்போது, தூரத்தில் முத்துசாமி, தனது கைகளை அகல விரித்தபடி

நின்றுகொண்டிருந்தான். அவன் எப்படி, எப்போது இங்கு வந்தான்? அவனால் எப்படி தேவதைகளின் துணையின்றி நிற்க முடிகிறது? என்று யோசித்தபடி அருகில் சென்றாள். தேவதை அவளை, அவனருகே தள்ளினாள். அவன், அவளை எதிர்நோக்கியவனாக இறுகக் கட்டிக்கொண்டான். தேவதை, இப்போது கைகளைத் தட்டிக்கொண்டு. புரியாத மொழியொன்றில் பாடினாள். அதைக் காதல் வாழ்த்தென புரிந்துகொண்டனர். வானில் இருந்து நறுமணப் பூக்கள் பறந்து வந்து அவர்கள் மீது சொரிந்தன. இதுவரை நுகர்ந்திராத அதன் வாசனையை வியந்தபடி, முத்துசாமி, அவளுக்கு முத்தமிட்டான். தேவதை வெட்கத்தில் கண்களை மூடிக்கொண்டாள். எங்கிருந்தோ பூம்பல்லக்கில் வந்த வேறு சில தேவதைகள், அவர்களை அப்பல்லக்கில் ஏற்றி இன்னும் உயரத்துக்குக் கொண்டு சென்றனர். அங்கிருந்து வள்ளிநாயகி கீழே பார்த்தபோது இப் பூமி, சிறு புள்ளியாகத்தெரிந்தது. அவள் அங்கிருந்து எப்போது கீழிறங்கினாள் எனத் தெரியவில்லை.

சிறிது நேரத்தில், அவனது அம்மா, அப்பாவிடம் சொன்னாள், "இந்தப் பெய வள்ளி பிள்ளையதாம் கல்யாணம் பண்ணப் போறானாம்" என்று. அம்மாவின் வழி, அப்பாவின் காதுக்குச் சென்றபோது அவர் கோபம் கொண்டார். இதற்கான காரணம் மிகச் சாதாரணமானது. 'ஒரு மட்டம், ஊர்கூட்டத்துல வச்சு, என்னைய களவாணி பயன்னு சொன்னாம், அவா அப்பெம். எல்லாரு முன்னாலயும் நாம்பட்ட அவமானம் இன்னைக்கும் கொல நடுங்குது. அந்த வெறுவாகெட்டப் பயட்ட போயி, ஒம் மவளை கொடுன்னு கேட்க சொல்லுதியோ?' என்றார் அப்பா.

இதை எதிர்பார்க்காத முத்துசாமி, எழுந்து உட்கார்ந்துகொண்டு, "களவாண்டியா, இல்லியா? அதெ சொல்லு மொதல்ல..." என்று கேட்டான்.

“அது எதுக்குல இப்பம்?”

“கேட்டதுக்கு பதுல சொல்லு?”

”காட்டுக்குள்ள ஒத்தையில நின்ன ஆடுவோள தூக்கிட்டு வந்தேன். அதுக்கு களவாணின்னா சொல்லுவாம்?”

“எவம் ஆட்டையோ தூக்கிட்டு வந்தா, அதுக்கு களவாணின்னு சொல்லாம, என்ன சொல்வாவோ?”

“நீயும் என்னைய களவாணிங்கியோல?” என்று முறைத்த அப்பா, அவர் மனைவியிடம், ‘எத்தன ஜென்மம் எடுத்தாலும் அவென் வீட்டு பொண்ணு என் வீட்டுல வெளக்கேத்த முடியாது, சொல்லி வையி, அந்த நாயிட்ட’ என்று கூறிவிட்டு கோபமாக எழுந்து சென்றார்.

வள்ளிநாயகியும் அவள் அம்மாவிடம் விஷயத்தைச் சொல்லியிருந்தாள். அவள் அப்பாவும் தன் பங்குக்கு, ‘நாலு வயக்காட்ட வச்சிருந்தா, அவம் என்ன பெரிய மயிரா? ஏன்ட்ட வந்து, பொண்ணுக் கேப்பானோ, முட்டா பய? அவனுக்குலாம் என்ன தெரியும்?, வீட்டுக்குள்ள வந்து பொண்ணு கேட்டாம்னா நாக்கெ அறுத்துருவேன்’ என்று தோப்பின் வேறு பகுதியில் அமர்ந்து ரகசியமாகத் திட்டினார். இந்த ரகசிய திட்டல்கள், ஒவ்வொருவர் வாயில் இருந்தும் வேறு வேறு மாதிரி வெளிப்பட்டு, இருவர் காதுக்கும் வந்தபோது, ஒரு காதல், உடைந்து சிதைந்திருந்தது. சின்னாபின்னமான அக்காதலை ஒட்டவைக்க அங்கிருந்த போத்தி சாமி உட்பட. யாரும் முயற்சிக்கவில்லை என்பது பெரும் சோகம்.

இதற்குப் பின் வள்ளிநாயகி மதுரையில் மத்திய அரசு பணியில் இருந்த அசல் மாப்பிள்ளைக்கு அவசரமாகத் திருமணம் செய்து கொடுக்கப்பட்டாள் என்பது முன் கதை.

இந்தச் சம்பவத்துக்குப்பின் குடும்பம் பிரிந்தது. அவளை அவனும் அவனை அவளும் சந்திக்கவேயில்லை. கடைசியாக அவளிடமிருந்து ஒரே ஒரு கடிதம் மட்டும் வந்திருந்தது. “வீட்டில் மாப்பிள்ளை பார்த்துவிட்டார்கள். இன்றே அழைத்தால் கூட, எங்கள் வாசல் தாண்ட தயாராக இருக்கிறேன். உங்கள் முடிவுக்காக, திருமணத்துக்கு முந்தைய நாள் இரவு வரை காத்திருப்பேன்.., வள்ளிநாயகி” என்று எழுதப்பட்ட அந்தக் கடிதம், அவள் திருமணம் முடிந்த ஏழாவது நாள்தான் அவன் கைகளில் கிடைத்தது. அவன் அம்மா அதை மறைத்து வைத்திருந்தாள். அந்தக் கடிதம் அவனுக்குக் கிடைத்து, அவள் வீட்டைவிட்டு இவனுடன் வந்திருந்தால் ஏற்படும் குடும்பப் பிரச்சினைகளைச் சந்திக்கத் தயாராக இல்லாததால், முன் யோசனையாக அதை மறைத்து ஒரு காதலை மூழ்கடித்திருந்தாள், அம்மா.

தாமதமாகக் கிடைத்த அந்தக் கடிதத்தை, பல முறை வாசித்து ஏங்கிய முத்துசாமி, தன்னை அவள் கோழையாக நினைத்திருக்கலாம் என நினைத்தான். “அந்தளவுக்கு தைரிய மயிறு இல்லனா, என்ன எழவுக்குல காதலிச்செ, வெறுவாகெட்ட நாயி?” என்று அவள் அருகில் நின்று திட்டுவது போன்றதொரு காட்சி கண்முன் ஓடியது. இந்தக் காட்சி அடிக்கடி ஓடிக் கொண்டேயிருந்தது. அது அவனை மொத்தமாகப் புரட்டியெடுத்தது. பெரும் பாவம் ஒன்றை சம்பாதித்துவிட்டதாக அவன் நினைத்தான். தனது காதலின் வலியை பகிர்ந்துகொள்ளவோ, ஆறுதல் சொல்லவோ அவனுக்கு ஆளில்லை.

5

முத்துசாமி, இப்போது விவசாயி என்று சொல்லிக்கொண்டலைகிறார் ஊரில். வயலும் வாழ்வுமென இருந்த அவருக்குச் சமீபகாலமாக, வயல் மட்டுமே இருக்கிறது. மூன்று பூ விளைச்சலில்லை. பெருங்கோடை, வயல்களைப் பாளம் பாளமாகப் பிளந்து மழைக்குக் காத்திருக்க வைத்திருக்கிறது. வானம் பார்த்து தவம் கிடக்கும் நிலத்தில், இனி தண்ணீரின்றி விளையும் தானியம் ஏதுமிருக்கிறதா என்று ஆலோசனை கேட்க யோசித்திருக்கிறார்.

அப்போதே அரசு தேர்வு எதையாவது எழுதியிருந்தால் கூட ஏதாவது வேலை கிடைத்தி ருக்கும். ஆனால், வள்ளிநாயகியைத் திருமணம் செய்துகொள்ள, வீம்புக்காரத் தந்தை மறுப்பு தெரிவித்ததால், அவரைப் பழிவாங்குவதாக நினைத்துக்கொண்டு ஊர்ச் சுற்றத் தொடங்கினார் முத்துசாமி. கல்லூரியில் வகுப்புக்குச் செல்லாமல் நண்பர்களுடன் சுற்றினார். அவர் சொன்ன எதற்கும், அவரென்ன, எவர் சொன்னதற்கும் செவிச் சாய்க்கவில்லை.

“தெக்கிராம ராமய்யரு மவம் வந்திருக்காரு... அவர்ட்ட கெஞ்சி கேட்டிருக்கேன் இவம் வேலைக்கு. வரச் சொல்லிட்டாரு. விடிஞ்சதும் போயி பாக்கச் சொல்லு” என்று அவன் இருக்கும்போதே அம்மாவிடம் சத்தமாகச் சொன்னார் அப்பா. ராமய்யர் மகன் தென்னக ரயில்வேயில் உயரதிகாரி. சென்னையில் வசிப்பவர். அவர் வீட்டில் சில வருடங்கள் வேலைபார்த்த, பந்தல்கார மூக்கன் மகன் இப்போது ரயில்வேயில் கேட் கீப்பராக இருக்கிறான்.

அவர்தான் அவனைச் சேர்த்துவிட்டார். அதே போல சில வருடங்கள் அவர் வீட்டில் வேலை பார்த்தால் எங்காவது சேர்த்துவிடுவார் என்பது அப்பாவின் நம்பிக்கை.

அவன் போய் பார்த்திருந்தால், வேலை கிடைத்திருக்கும். இல்லை என்றால், ஏதாவது ஒரு வேலைக்குச் சிபாரிசு செய்திருப்பார். ஆனால், அவர் சொன்னார் என்பதற்காகவே போகவில்லை. அப்பாவை அவமானப்படுத்துவதாக நினைத்து, அவர் தனக்குத் தெரிந்தவர்கள் மூலமாகச் சொல்லிவிட்ட எந்த வேலைக்கும் செல்லவில்லை.

இதில் அதிக கவலைக் கொண்டது அம்மாதான். இவர்களின் ஈகோவுக்கு முன்னால், அவள் சிந்திய மூக்கில், அவள் சேலை நனைந்ததுதான் மிச்சம். ஒவ்வொரு முறை சாப்பிட உட்காரும்போதும் அவன், "பொண்டாட்டியும் புருஷனுமா சேந்து என் வாழ்க்கெல மண்ணள்ளிப் போட்டுட்டியோ... நிம்மதிதானெ..?" என்று குத்தலாகக் கேட்பான்.

முதலில் இதற்கு அப்படி, இப்படி என்று பதில் சொல்லிப் பார்த்தாள் அம்மா. தெரிந்தே செய்த விஷயம், அதில் தனது பங்கும் இருக்கிறது என்பதால், ஒரு கட்டத்தில் 'அவன் பேசட்டும்' என்று அமைதியாகிவிட்டாள்.

பிறகு சில மாதங்கள் சாப்பிடுவதைக் குறைத்துவிட்டான். ஒரு நேரச் சாப்பாடுதான். சிகரெட் பிடிக்க ஆரம்பித்தான். சிகரெட்டால். தனது கைகளில் பைத்தியக்காரத்தனமாக சூடு போட்டுக்கொண்டான். தன்னையே வெறுக்கத் தொடங்கினான். எப்போதும் எதையோ யோசித்துக் கொண்டிருப்பது போல, உம்மென்று அலைந்தான். அப்பா எதிரில் வரும்போது அவர்

முகத்துக்கு நேராக, வேண்டுமென்ற சிகரெட் புகையை ஊதினான். அவர் ஒதுங்கிப் போக ஆரம்பித்தார்.

ஒரு நாள், “என்னல நெனச்சுட்டிருக்கெ ஒம்மனசுல? பெரிய இவம்னு நெனப்போ. என்னையவே ரோட்டுல மொறச்சுட்டுப் போற, ஒன்னய..?” என்று கையை ஓங்கியவரை நேராக நின்று பார்த்தான்.

“இங்கரு, பெத்துட்டேங்கத காரணத்துகாவதாம் ஒன்னலாம் விட்டுவச்சிருக்கேன். மேல கை வைக்கலாம்னு பாத்தியோ, பெறவு மிருகமாயிருவேன், சொல்லிட்டேன். அப்பனாம் அப்பம். ஒங் சடவுக்கு என் வாழ்க்கெய பலிகடா ஆக்குனவனுக்கு பேரு, அப்பனாம்... த்தூ... உன்னலாம் அப்பம்னு சொல்லதுக்கே கேவலமா இருக்கு” என்றான். அது மிரட்டல்தான். இன்னொரு முறை என்னைப் பற்றி பேசினால், தாக்குவேன் என்பதை அவன் தைரியமாகச் சொல்லிவிட்டுப் போகிறான். இதை எதிர்பார்க்கவில்லை அவர். சில மாதங்கள் கோபமாக இருந்துவிட்டு சரியாகிவிடுவான் என நினைத்தார். நேர்மாறாக இருந்தான். அப்பா மீது கோபம் அதிகரித்துக் கொண்டே சென்றது.

தான் பெரும் குற்றம் செய்துவிட்டோமோ என்று தனக்குள் கேட்டுக்கொண்டார் அவர். தான் செய்தது, சரியா தவறா? என்ற கேள்வி அவருக்குள் எழுந்துகொண்டே இருந்தது.

“அந்த பிள்ளெ இல்லானா, ஒலகத்துல பொம்பள பிள்ளெயே இல்லயோ? அப்டி என்னத்த கண்டாம், அந்த செரிக்கிட்ட? அது மேல இவ்வளவு கிறுக்கா அலையுதாம்?” என்று அம்மாவிடம் கேட்டார் அப்பா. அமைதியாக இருந்தாள்

அவள். அவளுக்குள் எழுந்த கேள்விகளை, அவரிடம் சொல்லிவிடத் துடித்து அடக்கிக் கொண்டாள். அதை அவள் முகம் வெளிப்படுத்திக் கொண்டிருந்தது. பிறகு ஒரு கட்டத்தில் வெடித்தாள். "இந்த வீட்டுல நீரு எடுத்த முடிவுலதாம் எல்லாம் நடக்கு. ஏதாது உருப்டிருக்கா? ஒத்த பெயல வச்சிருக்கோம். அவம் நெனைச்ச இந்தக் கல்யாணத்தெ ஒம்மால பண்ண முடிஞ்சிருக்குமா, முடியாதா? அப்டி வீம்பு புடிச்சவருக்கு என்னத்துக்குப் பொண்டாட்டி, பிள்ளேலு? பொத்திட்டு கெடந்துருக்கணும்" என்று ஆரம்பித்ததும் வீட்டிலிருந்து உடனடியாக வெளியேறிவிட்டார். பிறகு அவர், அவளிடம் அதிகம் கோபப்படுவதில்லை.

சில மாதங்களுக்குப் பிறகு ஒரு நாள் பூதத்தான் மளிகை கடைக்கு வந்த அம்மாவிடம் மேலத்தெரு விறகுக் கடைக்காரக்கார் பொண்டாட்டிதான் கேட்டாள், "ஏந்தாயி, ஒம்மவம் திடீர்னு நோஞ்சாம் மாரி ஆயிட்டாம்? கண்ணுமுழிலாம் உள்ள போயி, ஏம் இப்டி போனாம்? கெதியில்லயோ? அவனுக்குப் பொண்ணு கிண்ணு பாக்கலாம்லா?" என்று.

அவளுக்கு என்ன பதில் சொல்லவென்று தெரியவில்லை. கொஞ்சம் உடம்பு சரியில்லை தான் என்று பொதுவாகச் சொல்லி வைத்தாள்.

அந்தக் காலகட்டத்தில் எய்ட்ஸ் விழிப்புணர்வு பிரச்சாரம் பரவி இருந்ததால், இவனுக்கும் அந்த நோய் ஏதும் வந்திருக்குமோ என்று கூட சந்தேகப்பட்டார்கள், ஊரில். வேண்டுமென்றே, அழுக்குச் சாரமும், கசங்கிக் கிழிந்த சட்டையுடனும் முகத்தில் ஏறுக்குமாறாக வளர்ந்த தாடியுடனும் அலையத் தொடங்கினான்.

“ஏம் இந்த நாயி, இப்டி பிச்சைக்காரம் மாரி அலையுதாம். நீ சொல்ல மாட்டியா?” என்று அவன் அம்மாவிடம் எரிந்து விழுவார் அப்பா.

“ஏம். ஓமக்கும் அவம் மவம்தானெ. நீரு போயி கேளும், ஏன்ட்ட வந்து எதுக்கு அவயம் போடுதேரு” என்று பதில் பேச ஆரம்பித்தாள்.

“ஒம்மவம் ஏம் இப்டி சீக்குபிடிச்ச மாரி போறாம்னு செட்டியார் கடையில நாலஞ்சு பேரு கேட்டுட்டாம்”

“ஏன்ட்டயும்தாம் கேக்காவோ... நா என்ன செய்ய? ஆமா, சீக்குத்தாம்னு சொல்லிரட்டா?”

இப்படித் தொடங்கி பிறகு சண்டையில் முடியும், விவகாரம். இது தொடர்கதை என்பதால் அக்கம் பக்கத்து வீடுகளில் இதைக் கண்டுகொள்ள மாட்டார்கள். வீட்டில் மொத்தமாக நிம்மதி தொலைந்திருந்தது. முத்துசாமி, எப்போது வீட்டுக்கு வருவான், எப்போது போவான் என்பது யாருக்கும் தெரியவில்லை. இரவுகளில் எங்கோ படுத்து, எங்கோ எழுந்து வருவதை வழக்கமாக வைத்திருந்தான்.

முன்னாள் பிரதமர் ராஜீவ்காந்தி வெடிகுண்டு வீசி கொல்லப்பட்ட ஐந்தாவது நாள், திடீரென மாரடைப்பில் இறந்தார் அப்பா. அழவில்லை முத்துசாமி. அதே அழுக்குச் சட்டையுடன்தான் இருந்தான். துஷ்டி வீட்டுக்கு வந்த சொந்தங்கள் யாரிடமும் அவன் பேசவில்லை. வந்திருந்த உறவினர்கள், டீ கடைகளில் பேசிக்கொண்டிருந்தார்கள்.

“கல்லு மாரி இருந்தவம் இப்டி பொட்டுன்னு போயிட்டானெ...”

”ஒன்னுக்கிருந்துட்டு வந்து, திண்ணெலதாம் சாஞ்சு ஒக்காந்தாராம்... நெஞ்செ பிடிச்சாராம் பத்துக்கெ, அப்டியே உயிரு போயிட்டு...”

“எப்டி தெரிஞ்சுது?”

“அவரு பொண்டாட்டி கண்ணு முன்னாலதானெ ஒக்காந்திருக்கா.. என்ன இப்டி சொவத்துல, ஒரு பக்கமா சாஞ்சு கெடக்காருன்னு நெனச்சி, ”ஏம் இப்டி இருக்கியோ?’ன்னு சத்தம் கொடுத்திருக்கா. பதிலில்ல. கிட்ட போய் பாத்தா, மூச்சுபேச்செ காணும். கைய தோள்ல வச்சு அங்கயும் இங்கயும் ஆட்டிருக்கா. அந்தானி பொத்துன்னு சரிஞ்சு ஒரு பக்கமா விழுந்துட்டாரு. ஏத்தா, என்னாச்சுன்னு தெரிலயேன்னு மேல வீட்டு சண்முவத்தை கூப்டிருக்கா. அவரு, எஸ்தரம்மாவ கூட்டிட்டு வந்து பாத்தா, ஆளு போயி சேர்ந்துட்டாரு’ன்னுட்டா அந்தம்மா.

“பரவால்ல விடு. நாலஞ்சு மாசம் கெடயில கெடந்து, நம்ம சொடல பெய அப்பா போனாரு பாரு, மொத்த குடும்பத்தையும் தும்பப்படுத்திட்டு. அந்த மாரி, ச்சீப் படலைலா. அதுவெரைக்கும் நல்லதுன்னு நெனச்சுக்கிட வேண்டியதாம்”

“செலருக்கு சாவு, அப்டி அமையும். செலருக்கு இப்டி அமையும். நம்ம கைலயா இருக்கு, எல்லாம்?”

“இன்னைக்கு கெடயில கெடந்தா யாரால ஒக்காந்து பார்த்துட்டு இருக்க முடியும்?. எல்லாரும் சோலி சோலின்னு அலைஞ்சிட்டிருக்க ஒலகத்துல, மருமவா பாப்பாளா, மவம் பாப்பானா, இல்ல மவாதாம்

பாப்பாளா? அதுக்குலாம் இன்னைக்கு யாருக்கு நேரம் கெடக்கு, சொல்லு''

''அதும் சரிதாம். ஒவ்வொரு வீட்டுலயும் ஏழெட்டு பிள்ளைலு இருந்த காலத்துல ஆளுமாத்தி ஆளு பாத்துக்கிடுவாவோ... இன்னைக்கு எல்லாருமே ஒத்த புள்ளைய மட்டுந்தாம் பெத்து வச்சிருக்காவோ. யாரால பாக்க முடியும் சொல்லு?''

''நெசம்தாம். மவம் மேல உள்ள கவலைலதாம் இவனுக்கு மாரடைப்பு வந்திருக்கும்'' என்றார், பீடியை ஊதிவிட்டு.

''ஆமாமா. போனமாசம், கல்ரகுறிச்சி கோயில் கொடைல பாத்தேன். பப்பு பொலவரு வீட்ல சாப்பாடு. சோத்தெ தின்னுட்டு பேசிட்டிருந்தோம். மவென பத்தி ஒரே ஆவலாதிதாம் பாத்துக்கெ. ரொம்ப கவெலயா சொல்லிட்டிருந்தாம். படிச்ச பெயலே இப்டி இருந்தாம்னா, மத்த பெயலுவோள என்னய்ய சொல்லுத?''

''வீட்டுக்கு இப்டியொரு உருப்புடாத பெயலுவோ இருந்தாம்னா, எல்லா அப்பனுக்கும் இந்த கெதிதாம் வரும்''

''பிள்ளேலு, சொன்ன பேச்செ கேட்டாதாம் குடும்பம் நல்லாருக்குமே''

''ஒரு வேலைக்கும் போவமாட்டேன்னு சும்மா சீரெட்டை குடிச்சுட்டு ஊரெ சுத்திட்டு இருந்தா, எந்த தவப்பன் தாங்குவாம் சொல்லு''

''அந்த கவலயே, அவென கொன்னுரும்லாடா''

“அந்த பெய கல்யாணம் பண்ணணும்னு நெனச்ச பிள்ளெய, அவம் அப்பம்தாம் வேண்டாம்னு தடுத்தானாம், அந்தக் கோவத்துலலா, அப்டி அலையுதானாம்”

“எல்லாருக்கும், நெனச்ச வாழ்க்கையா கெடச்சிருக்கு? அதுக்காவ அதெயே நெனச்சி, ஊரெச் சுத்திட்டு உருப்படாம போவமுடியுமா? அந்த புள்ள, மயிர பாரு சொக்கான்னு எவனையோ கல்யாணம் முடிச்சு, நல்லாதானெ இருக்கு”

“அதுக்காவ சாவவாடெ முடியும்? அது காரியக்கார பிள்ள... இவம்தாம் இப்டி அலெயுதாம் கோமுட்டியப் பய”

“ஒரு பொட்டபுள்ள நெனப்பு, அப்பனையே கைகழுவ வச்சிருதுனா பாரென்?”

“வச்சிரும்லா. நம்ம சந்திரம்மய்யரு மவம் என்ன பண்ணுனாம்?”

“ரெண்டாவது மவனா?”

“மூத்தவம்”

“ஆமா. அவ்வோ அந்தஸ்துக்கு யாரோ ஒருத்திய காதலிச்சா? ஐயரு அதுக்குலாம் எப்டி சம்மதிப்பாருன்னு தெரியாண்டாமா?”

“இருந்தாலும் துணிஞ்சு கேட்டாம்லா, அந்த பெய”

“ஐயருதாம், ‘எங்க வந்து எந்த பொண்ணை பேசுதெ’ன்னு பெல்டை கழட்டிட்டாராம்...”

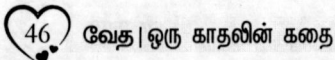

“அவரு ரெத்தம்தான அவனுக்கும். என்னெய அடிக்கவா பெல்ட்டை கழத்தினேரு, இனும நீரு செத்தாலும் ஒம்ம மூஞ்சியில முழிக்கமாட்டம்னு போனபப்பயதானெ...”

“ஆளு, நடிகரு மாரிலா, தகதகன்னு இருப்பாம். எந்த பிள்ளை பாத்தாலும் அவென பாத்துக்கிட்டேதாம் இருக்கும், கேட்டியா. அவ்வளவு அழகுல்லா”

“நல்ல ஒசரம். வருஷம் என்னாச்சு? இன்னைக்கு வரெக்கும் எங்க இருக்காம்னே தெரிலயே...”

“அவம் காதலிச்ச பிள்ள கூடதாம் இருக்காம்னாவோ?”

“ஆளு எங்க இருக்காம்னே தெரிலயே... அவனை யாராது பாத்தாலா, வெவரம் என்னன்னு தெரியும். ஐயரும் தேடாத எடம் இல்லலா. அவருக்கு இல்லாத ஆளா, எல்லா ஊர்லயும் ஆளை விட்டு தேடி பாத்தாரு. யாரு கண்ணுலயும் படல”

“வெளிநாடு எங்கயும் ஓடிட்டானோ, என்னமோ?”

“இருக்கிருக்கும் யாரு கண்டா? இதுல இப்பம் இன்னொரு வெவாரம், போனவாரம்தாம் கேள்விப்பட்டென்”

“என்னது?”

“அந்தப் பய இல்லாம, அண்ணன், தம்பி, தங்கச்சியளுக்கு சொத்து பிரிக்க முடிலயாம்லா”

“ஆமா. அவனும் கையெழுத்து போடணுமெ...”

“இப்பம் என்ன செய்யனு முழிச்சிட்டு இருக்காவோ”

“என்னத்த சொத்து, வசதி இருந்து, எதுக்கு?, நிம்மதி இருக்கா?”

“அவருக்கு என்ன பாவமோ, பழியோ?”

“நீ இதெ சொல்லுதியே, கணக்குப் பிள்ளெ பேரன் என்ன பண்ணுனாம்?”

“அமெரிக்கால போயி ஒருத்தியெ கெட்டிருக்காம். அவா சாதி என்ன, கொலம் என்னன்னு யாருக்காது, தெரியுமா? ஆனா, பிள்ளவாள் ஒத்துட்டாருடெ.”

“காலம் மாறுனா அதெ செஞ்சுதான ஆவணும்”

“பேரன் ஒரே கேள்விதாம் கேட்டானாம்”

“என்னன்னு?”

“தாத்தா, எதுக்கு வாழுதோம்?னு கேட்டிருக்கோம். ‘சந்தோஷமா இருக்கத்தாம்’னு சொல்லிருக்காரு. ‘அதுக்குத்தானெ சொத்து, பணம் சேக்கோம்?’னு கேட்டிருக்காம். ‘ஆமாடா பேரா’ன்னு சொல்லிருக்காரு. ‘நல்ல சம்பளம் வாங்குதேன். நம்மூர்ல இருக்க சொத்தே எனக்கும் அடுத்த தலைமுறைக்கும் போதும்’னுருக்காம். அவரு கணக்கு பிள்ளலா, அவருக்குத் தெரியாதா பிள்ள முழிக்க முழி? பேரன், எதுக்கோ சுத்தி வளைச்சு வாராம்னு நெனச்சுட்டு, ‘நீ எதுக்குடே இதுலாம் பேசுதெ? நேர விஷயத்துக்கு வா’ன்னு சொல்ருக்காரு. அந்தானி சொன்னானாம், ‘நா சந்தோஷமா

இருக்கணும்னா, அந்தப் பிள்ளெய கல்யாணம் பண்ணணும். அப்பா சம்மதிக்க மாட்டக்காரு'ன்னாம்... 'அவம் என்ன சொல்லுதது, நா சொல்லுதேம், நீ காதலிக்க பிள்ளெ யாருன்னு சொல்லு, நாளெக்கே போயி பொண்ணுக் கேக்கெம்'னுட்டாரு. பெரியவரு பேசுன பெறவு, என்ன செய்ய முடியும்?. அப்டிலா அந்த கல்யாணம் நடந்தது"

"கணக்குப் பிள்ளெ பேரங் கல்யாணம் முடிச்சது, கோயமுத்தூருகார பிள்ளெ. அதும் அமெரிக்கால அவங்கூட வேலை பார்க்கவளாம். பொண்ணு வீட்லயும் சரியான வசதி யாம்லா"

"வசதியும் வசதியும் ஒண்ணு சேர்ந்தா, அங்க சாதியாது, அந்தஸ்தாது. எடெயில கெடக்க நாமதாம்ல அதெ புடிச்சுத் தொங்கிட்டு கெடக்கோம்."

"இன்னா, இன்னைக்கு பொட்டுனு போயிட்டாம். மவம் ஆசெய நிறைவேத்திருக்க லாம்லா. அப்பபடி என்ன மயிறு கொறஞ்சு போயிரும்?"

"எல்லாம் சொயநலம்தாம். சொயநலம் வந்தா, மத்தவனை பத்தி எவம் நெனக்க போறாம்?"

"இந்த முத்துப் பய, நம்ம பலாசம் மவா, வள்ளி பிள்ளையதான காதலிச்சானாம்"

"சொந்தத்துக்குள்ளதானடெ?. கெட்டிக் கொடுத்திருந்தா என்னத்தெ கொறஞ்சி போயிருக்கும்? மத்த சாதின்னா கூட பேசுததுல சிக்கலு இருக்குன்னு சொல்லலாம்..."

“வீம்பு. சும்மா விடுமா அது? பலாசத்துக்கும் முத்துசாமி அப்பனும் சின்ன வயசுல இருந்தே ஆவாதாம்லா. அவன் இங்ஙன வந்தாம்னா இவம், மூஞ்செ அங்க திருப்பிட்டு போவாம். எப்பமோ ஆரம்பிச்ச சண்டை எங்க வந்து நின்னுருக்கு பாரு?”

“அவனுவோ என்னமும் பண்ணிட்டு போட்டும்டெ. பெத்தவோளுக்குள்ள இருக்க பவைக்கு பிள்ளேலு என்ன பண்ணும்? கெட்டிக் கொடுத்தா, இன்னெய்க்கு இப்டி பொட்டுன்னு போயிருக்க மாட்டாம்லா?”

இப்படியே பேசிய சொந்தங்கள், சுடுகாட்டில் இறுதிச்சடங்கு முடிந்து வந்ததும், அவனுக்கு ஆறுதல் கூறிவிட்டு, புத்திச் சொல்லிப் போனார்கள். அவர்கள் சொன்னது, “இனுமயும் வாழ்க்கெய வீணடிச்சிராதய்யா” என்பதாக இருந்தது.

6

தந்தை இல்லாத வீடு வெறுமை நிரம்பி கிடந்தது. வேகவேகமாக வீசி, மரங்களை அசைத்து சூறையாடிய காற்று திடீரென ஓய்ந்தது போன்ற அமைதியை வீடு கொடுத்துக் கொண்டிருந்தது. தான் கோபப்பட, எதிர்த்துப் பேச, தனது ஆத்திரத்தைத் தீர்க்க, வீட்டில் இருந்த ஒருவர் திடீரென இல்லாதது, முத்துசாமிக்கு ஏதோ போல இருந்தது. இனி யாரிடம் தன் கோபத்தைக் காட்டுவது? தன் வார்த்தைகளை, எரிந்து விழுவதைப் பொறுமையாகக் கேட்டுக் கொண்டிருக்க, மற்றவர்கள் யார்? அவர்களுக்கு என்ன வந்திருக்கிறது, தனது வெறுப்பைக் கேட்க?

ஒளிப்படமாகி இருந்த அப்பாவை நினைத்து அம்மாதான் திடீர் திடீரென அழுது கொண்டிருந்தாள். தான் அவரிடம் எரிந்து விழுந்து வெறுப்பைக் கொட்டிய சம்பவங்கள் ஒவ்வொன்றாக ஞாபகத்துக்கு வந்தன.

வள்ளிநாயகி எழுதிய கடிதம் அவன் கைக்குக் கிடைத்த நாளில்தான்தான், முதன்முதலாக குடித்துவிட்டு வந்தான். வி.கே. புரம், பிராந்தி கடைக்கு நண்பனுடன் சென்ற முத்துசாமி, இரண்டு பீர் மற்றும் ஒரு ஆஃப் பாட்டிலுடன் திரும்பியிருந்தான். உச்சி வெயில் நேரம் அது. நெல்மூட்டைகள் அடுக்கப்பட்டிருந்த நண்பன் வீட்டு மச்சியில் அமர்ந்து குடிக்க ஆரம்பித்தான். மச்சியின் வெளிக்கதவைத் திறந்தால் கீழ்ப்பக்கம், விரிக்கப்பட்ட சேலையில் மிளகாய் வத்தலும் மேல் பக்கம் மூன்று நான்கு சொளவுகளில் மோர் மிளகாயும் காய்ந்துகொண்டிருந்தன. வெயில் அதிகம். சிறிது தூரத்திலேயே வயலும் வாய்க்காலும் இருந்ததால் குளிர்ந்த காற்று வீசியது.

சில்வர் டம்பளரில் பிராந்தியை முக்கால் வாசி ஊற்றி, தண்ணீரைக் கொஞ்சமாகக் கலந்து அவன் வாயில் வைக்கும்போது, பீர் குடிக்கத் தொடங்கிய நண்பன் தடுத்தான்.

“ச்சே, என்ன வேல பாக்கெ, ஆக்கங்கெட்டால? தண்ணிய இன்னுங்கொஞ்சம் ஊத்து” என்று அவன் கிளாஸில் இருந்து, பாதி பிராந்தியை இன்னொரு கிளாஸில் ஊற்றிவிட்டுத் தண்ணீரை அதிகமாகக் கலந்து கொடுத்தான்.

முதல் கிளாஸ் உள்ளே போனதும் அவனுக்குக் குமட்டியது. உள்ளூர் சாராயத்துக்கும் பிராந்திக்குமான வித்தியாசத்தை அது உணர்த்தியது. வயிற்றுக்குள் சுள்ளென்று எரிந்தது. வி.கே.புரம்

அருணா ஓட்டலில் வாங்கி வந்திருந்த சுக்கா வருவலையும், சிக்கனையும் வறுத்த சிலுப்பியையும் (ஆட்டுக்குடல்) எடுத்துப் பிரித்து வைத்தான், நண்பன். சூடான சிக்கன் துண்டுகள் பட்டு, பேப்பருக்குள் அதைப் பாதுகாத்த வாழை இலைத் துண்டுகள் வெப்பம் தாங்காமல் ஆங்காங்கே கரு நிறத்துக்கு மாறியிருந்தன. வெந்த துண்டுகளால், வெந்து போயிருந்தது இலை.

இரண்டாவது கிளாஸை குடித்தபோது, முதலில் தெரிந்த எரிச்சலோ, குமட்டலோ இல்லை. கசப்பாக இருந்தது. இப்போது அவன் சிக்கன் துண்டை எடுத்து வாயில் போட்டுவிட்டு விரலில் வடிந்த குழம்பை நக்கினான். வியர்த்தது. முகத்தில் வியர்வைத் துளிகள் பரவத் தொடங்கின. நண்பன் குறிப்புணர்ந்து காத்தாடியை ஆன் செய்தான்.

"எங்கப்பன் இப்டி பண்ணிட்டான?"

"செரி, முடிஞ்சுபோச்சு, அதெயே நெனச்சுட்டிருந்தா?"

"என்னால முடிலயெ... எங்க திரும்புனாலும் அவா யாவம்தாம் வருது. மறக்க நெனச்சா, எங்கப்பன்... அந்தச் சண்டாளன் மொவம்தாம் முன்னால வருது"

"இங்கருல, இன்னும் அதெயே நெனச்சுட்டிருந்தா, நோயிதாம் பாத்துக்கெ"

"பேசாம, எங்கப்பன, ணங் ணங்குன்னு இறுக்கிட்டு உள்ள போயிரலாமான்னு பாக்கென்"

"ஏம்ல, கூறுகெட்டால பேசுதெ? கோட்டியா புடிச்சிருக்கு?

ணங் ணங்குலா குத்துவானாம்...ணங் ணங்குன்னு, ஆயிரம் இருந்தாலும் அவரு ஒன்னய பெத்தவரு..."

"அதுக்காவதாம், எல்லாத்தையும் அடக்கிட்டு பொணமா அலெஞ்சுட்டு இருக்கென்"

"நீ மொதல்ல அந்த மாரி நெனக்கதெ விடுடே, கேட்டியா?."

"நல்ல அப்பனா இருந்தா, இந்த மாரி எண்ணம் வராது, குடி கெடுத்தவம்லா அப்பனா வந்திருக்காம். அந்த நாயிலாம் உசுரோட இருந்தா என்ன, இல்லானா என்ன?"

"நல்லாருக்கு நீ பேசுதது? அவருட்ட கேட்டா, ஒன்னபத்தி ஆவலாதிய சொல்லுவாரு"

"அவரு சொல்லுததுலாம் காரணமால?"

"இனும பேசி ஒரு மயிரும் ஆவப் போவதில்ல, கேட்டியா. ஆனா, அந்த பிள்ள ஒம்மேல இவ்வளவு பாசமா இருந்திருக்குங்கதெ நெனச்சாதான் எனக்கே ஒரு மாரி இருக்கு"

"அந்த லெட்டரை நீ படிச்சல்லா? அன்னைக்கு மட்டும் எங்கையில லெட்டரு கெடைச்சிருந்தா, அப்பானாது, ஆத்தாளாதுன்னு சத்தியமா அவெள கூட்டிட்டு ஓடிருப்பேன். இதுல எங்கம்மாகாரியும் சேந்துட்டு பண்ணுனததாம்ல தாங்க முடியல" என்று சொல்லிவிட்டு அழத் தொடங்கினான்.

"ஏல ச்சீ... இது என்ன வெறுவாகெட்ட பழக்கம், அழுதுகிட்டு? விடுல, பாத்துக்கிடலாம்..."

முத்துசாமி, கொஞ்சம் சத்தமாகவே அழுதான். வீட்டுக்குள்ளிருந்த மரப்படியில் ஏறி, நண்பனின் சித்தி, எட்டிப்பார்த்தாள். பிராந்தி பாட்டில், சைடிஷ், முத்துசாமி, நண்பன். பார்த்துவிட்டு முறைத்தாள்.

“உருப்புடும்லெ. ஒங்கய்யா வந்து இதெ பாத்தாருன்னா, நல்லாருக்கும்” என்றாள் நண்பனைப் பார்த்து.

“அவருதாம் ஊருல இல்லயெ?”

“இன்னாருக்கெ, கடெயத்துக்கு போயிட்டு வரத்துக்கு எவ்வளவு நேரம்ல, ஆவும்? அவரு போயி நேரமாச்சு, எப்பனாலும் வருவாரு... இதெ பாத்தாருன்னா, நெலயா நிப்பாரு... சட்டுனு குடிச்சுட்டு கெளம்புங்க?” என்றாள், நண்பனைப் பார்த்து.

அவன், “ஒன்னய யாரு இங்க வரச் சொன்னா. ஓம் துறுத்திய ஊதிட்டு போ, புத்தி சொல்ல வந்துட்டா...” என்றான் சித்தியை.

“ஏல முத்சாமி, இதென்ன பழக்கம்?”

“ஏ சித்தி, நீ போறியா இல்லியா? நீ மொதல்ல கீழப் போயி கொட்டடிக்காம இரி. அது போதும்”

“நீங்களாம் எங்க உருப்பட போறியோ?” என்று சொல்லிவிட்டுக் கீழிறங்கினாள்.

அழுகையை நிறுத்தியிருந்த முத்துசாமி, இன்னொரு கிளாஸை ஊற்றிக் குடித்தான். வாய்க் குழற ஆரம்பித்தது.

“செரில, நா வீட்டுக்குப் போறேன்” என்றான் .

“போயிருவியா? வரணுமா?”

“அதுலாம் போயிருவேன்” என்று எழுந்தவன் லம்பினான்.

“இங்கரு, போயி பேசாமப் படுத்துத் தூக்கத்தெ போடணும், கேட்டியா? ஒங்கப்பன்ட்ட எழவை இழுத்துராதெ...”

“அவம்லாம் அப்பனா?” என்ற முத்துசாமி மச்சியில் இருந்து இறங்கினான்.

எப்படி வீட்டுக்குச் சென்றான் என்று அவனுக்குத் தெரியாது. வீட்டில் கஞ்சிச் சோறை சட்டியில் ஊற்றி, நான்கைந்து ஈராய்ங்கத்துடன் அவன் அப்பா சாப்பிட்டுக் கொண்டிருந்தபோது, உள்ளே நுழைந்தவன் லம்பி, தூணைப் பிடித்தான். அவன் முகத்தைப் பார்த்ததுமே அவன் அப்பா கண்டுபிடித்துவிட்டார், குடித்துவிட்டு வந்திருக்கிறான் என்பதை. அவருக்கு அது அதிர்ச்சியாகத்தான் இருந்தது.

ஆட்டுக்குட்டிகளுக்குத் தண்ணீர் காட்டிக்கொண்டிருந்த அம்மா, கீழ்பக்கமிருந்த முருங்கை மரத்தின் அருகில் நின்று, “ஏம்ல மூஞ்சி ஒரு மாரி இருக்கு?” என்று கேட்டாள். அவன் ஏறிட்டுப் பார்த்த பார்வையில் அவளுக்கு, அவனது முகமாற்றம் ஏதோ ஒன்றை உணர்த்தியது. பிறகு ஆடுகளை விட்டுவிட்டு அவனருகே சென்றாள்., பிராந்தி நாத்தம் குமட்டியதும், சேலை நுனியை வாயில் வைத்துக்கொண்டு, சுவர் ஓரமாகக் குத்தவைத்து அமர்ந்துவிட்டாள். இது அவளுக்கு அதிர்ச்சிதான். மகன் இப்படிக் குடித்துவிட்டு வருவதை எந்த தாய்தான் சகித்துக்கொள்வாள்?.

அவன் தடுமாறிப் போய் நாற்காலியில் உட்கார்ந்தான்.

“நீலாம் அப்பனாவே?” என்று கேட்டான். அவர் பருக்கைகளைச் சவைத்துக்கொண்டே திரும்பிப் பார்த்தார். இப்படியொரு கேள்வியை எதிர்பார்க்கவில்லை. அவனுக்கு என்ன பதில் சொல்வதென்று அவர் யோசித்துக்கொண்டிருந்தார்.

”ஏம்ல அவெர இப்டி கேக்கெ?” என்று அம்மா அவனருகே வந்தாள். அவளைக் கையை நீட்டி, “நீ கிட்ட வராத. நல்ல தாயின்னா, இந்த காரியத்தை பண்ணிருக்க மாட்டா... நீயும் அவரு கூட சேந்துகிட்டு நாடகமாடிருக்கெ? ஒரு பொம்பள புள்ள வாழ்க்கைய நாசம் பண்ணியிருக்கெ, நீலாம் நல்லாருப்பியா?” என்று நாக்கைத் துறுத்தினான்.

“ஒரு பொட்டச்சிக்காவ, பெத்தவரெ இப்டி கேப்பியோல?”

“நீயும் ஒரு பொம்பளதானெ, ஒனக்கு தெரியாண்டாமா? ஒருத்தி வீட்டை விட்டு வாரம்னு லெட்டரு எழுதியிருக்கான்னா, அவா ஆசை என்னன்னு தெரியாண்டாமா? கல் நெஞ்சமா ஒனக்கு?”

அவன் குடித்துவிட்டு, தன் முன் இருப்பதைப் பார்க்க அப்பாவுக்குச் சகிக்க முடியவில்லை. சட்டியில் இருந்த கஞ்சியை மொத்தமாகத் தூக்கிக் குடித்துவிட்டு, எழுந்தார்.

அவன், ”யோவ், என்ன கௌம்பிட்டேரு, நா கேட்டதுக்கு பதில சொல்லும்? நீரு எனக்கு அப்பனாவே?” என்று மீண்டும் கேட்டான்.

“ஏ குடிகார நாயி, ஒனக்கு பதிலு சொல்லணுமோல?”

“என்னய குடிக்க வச்சதே நீதானெ?”

இதுக்கு மேல் பேசினால், அடிதடி வர வாய்ப்பிருப்பதால் அவர் துண்டை உதறித் தோளில் போட்டுவிட்டு எரிச்சலோடு வெளியே சென்றார். போகும்போது அவன் அம்மாவை காரணமில்லாமல் முறைத்துவிட்டுப் போனார்.

அவர் வாசலைக் கடந்தும் அம்மா, எழுந்தாள். “எனக்கு புள்ளயா பொறந்துட்டு, சாராயம் குடிக்க அளவுக்கு பெரிய மனுஷனாயிட்ட? ஒனக்கு அவ்வளவு ஏத்தம், னல. குடிச்சுட்டு வந்ததுமில்லாம, அவெரயே கேள்வி வேற கேக்கெயாங்கும்? ஊரெல்லாம் காலரா வந்து நாலஞ்சு பேரு சுடுகாட்டுக்கு போன நேரத்துல, ஒன்னைய தோள்ல தூக்கிட்டு, எப்டியாது காப்பாத்திரணும்னு ஒவ்வொரு ஆஸ்பத்ரியா அலைஞ்சாரு பாரு, அவெர நீ கேக்க வேண்டியதாம்... அன்னெக்கே மத்தவோ மாரி, போயி தொலையுதுன்னு விட்ருந்தா, நீ போன எடம் புல்லு மொளச்சிருக்கும். நாங்களும் ரெண்டு நாளு கண்ணீரை விட்டுட்டு மூனாவது நாளு வழக்கம்போல இருந்துருப்போம்”

“விட்ருக்க வேண்டியதானெ. செத்தாது தொலஞ்சிருப்பேன். இப்டி தெனம் தெனம் செத்துட்டு இருக்க மாட்டென்”

“விட்ருக்கலாம். மனசு கேக்கலயே, ஒங்கிட்ட இப்டிலாம் கேக்க வேண்டிருக்குலா, அதுக்குதாம் எங்களை இன்னும் உயிரோட வச்சிருக்காம், அந்த ஆண்டவம்”

“என் வாழ்க்கெய நாசம் பண்ணிட்டு, நீ ஆண்டவனை கொற சொல்லுதியா?”

''ஒனக்குலாம் என்னல தெரியும், அவருபட்ட அவமானம்? ஒனக்கு சக்கரபுடிச்சு மோள தெரியாத வயசு அது. ராத்திரி பத்து மணிக்கு ஊர்க்கூட்டம். கூட்டத்துல வெவாரம் பேசுதாவன்னா, இன்னிக்கு நடக்குத மாரி இல்லை. அன்னைக்கு அக்கம் பக்கத்து பட்றை ஆளுவோளும் வந்து நிப்பாவோ. ஆம்பள, பொம்பளன்னு கூட்டம் நடக்க எடத்தெ சுத்தி மொத்த ஊரும் நிய்க்கும்.

ஒரு நாளு காட்டுக்கு கரிமூட்டம் போடப் போனாரு ஒங்கப்பா. கூடவே நம்ம நல்லகண்ணு மாமா, சம்முவம் தாத்தான்னு நாலஞ்சு பேரு. திடீர்னு எந்த கெடயில இருந்தோ, தப்பி வந்த ரெண்டு ஆடுவோ கண்ணு முன்னால அரக்க பரக்கப் பாத்துட்டு நிக்கி. ரெண்டு மணி நேரமா சுத்து பத்தும் பாத்திருக்காவோ, ஒரு நாதியில்லை அக்கம் பக்கத்துல. ஆடுவளத் தேடியும் ஆளு வரல. தப்பி வந்த ஆடுன்னு தெரியும். இல்லைங்கல. அனாதையா நிக்க ஆடுவள, நரியும், சிறுத்தையும் அடிச்சு தின்னுட்டு போட்டும்னு விட்டுட்டா வர முடியும்? நீதாம் நடந்து போயிட்டிருக்க... கண்ணு முன்னால ரெண்டு பவனு தங்கச் சங்கிலி கெடந்தா, நமக்கெதுக்குன்னு போயிருவியா? யாராது கேட்டா கொடுப்போம்னு எடுக்கத்தாம் செய்வாவோ? அப்படித்தாம் உங்கய்யா அந்த ஆடுவள, தூக்குனாரு. கூட வந்தனுவோ, குடிகார நாயிவோ. மலைல இருந்து கீழ எறங்குனதும் அவனுவளுக்கு வேண்டிய ஒருத்தம்கிட்ட வித்துரலாம்னு சொல்லிருக்கானுவோ. இவரு 'வேண்டாம், யாராது தேடி வந்தா கொடுத்திர்லாம்'னு சொல்லிருக்காரு. நல்லகண்ணு மாமாவும் சம்முவம் தாத்தாவும் கேக்காம, அவனுக்கு தெரிஞ்ச ஒருத்தனை வரச்சொல்லி, ஆடுவள வித்தாச்சு. ரூவாயவும் பங்கு வச்சாச்சு. ஒங்கய்யா, அதுல ஒத்த பைசா வாங்கல. அவனுவோ, நாளைக்கு வெளியில தெரிஞ்சா, நம்ம மட்டும் மாட்டிக்கிடக்கூடாதுன்னு நெனச்சானுவோ. வள்ளிபிள்ள அப்பன்

பலாசம், அப்பம் நம்ம சமூகத்துல செயலாளரு. அவருட்ட அப்படியே பிளேட்டை மாத்திட்டானுவோ. இவரு வேண்டாம்னு சொன்னதை, அவனுவோ வேண்டாம்னு சொன்னதாவும் இவருக்கு வேண்டியவனுவள வரவச்சு, ஆடுவள வித்ததாவும் சொல்லிட்டானுவோ. கடைசியில பூங்குறிச்சுக்காரம் ஆடுவோ அதுன்னு தெரிஞ்சுது. தலைவரா இருந்தவரு நயினாரு. அவர்ட்ட வந்து ஆடுவள உங்க தெருங்காரங்க களவாண்டுட்டாங்கன்னு சொன்னதும் வெவாரத்தை வச்சுட்டாவோ. அங்க மத்தவனுவோ ஆயிரம் சொல்லலாம். வள்ளிபிள்ள அப்பம் யாரு, உங்கப்பாக்கு மச்சினம் மொற. அவரு, நல்லகண்ணும் சம்முவமும் சொன்னத வச்சு, 'நீருதான களவாண்டேரு'ன்னு எல்லாரும் முன்னாலயும் அடிச்சுச் சொல்லிட்டாம். இவரு இல்ல, இல்லன்னு சொல்லியும் ஒருத்தனும் கேக்கல. ஏழை சொல்லு என்னைக்கு அம்பலம் ஏறியிருக்கு? ரெண்டு ஆட்டை வாங்கிக்கொடுத்துட்டு எல்லாரு முன்னாலயும் தரையில விழுந்து மன்னிப்பு கேக்கணும்னு தீர்ப்பு சொல்லியாச்சு.

இவரு, 'ரெண்டு நாளு பொறுங்க, நா ஆட்டை வாங்குன ஆள கூட்டிட்டு வாரேம், பெறவு ஒங்களுக்கு நெசம் என்னனு புரியும்'னு எல்லாரு முன்னாலயும் சொல்லியும், அப்டிலாம் பொறுக்க முடியாதுன்னுட்டாவோ. ஆனா, ஆட்டைக் காணும்னு சொன்ன, பூங்குறிச்சுக்காரம் இருக்காம் பாரு, அவம்தாம், 'இல்லய்யா அவரு சொல்லுத ரெண்டு நாளுல என்னத்த கெட்டுரப் போது? பொறுத்திருப்போம்'னு சொன்னான்.

வள்ளிப்பிள்ள அப்பன் சொன்னதுல அந்த ரெண்டு நாளும் ஒங்கப்பாபட்ட அவமானம் இருக்குபாரு, அது அவருக்குத்தாம் தெரியும். ஊர்க்காரனுவோ, ஒவ்வொருத்தனும் த்துன்னு துப்பாதக் கொறதாம். அவரு கூட நல்லா பேசிட்டு இருந்தவனுவளே,

மூஞ்சைத் திருப்பிட்டுப் போயிட்டானுவோன்னா பாரு. பெறவு, ரெண்டு நாளுக்கு பெறவு, ஆடுவோள வாங்குன சிவசைலத்துக்காரனை கூட்டிட்டு வந்து, பஞ்சாயத்துல நிறுத்துனதுக்குப் பிறகு, உண்மை என்னன்னு தெரியவந்துச்சு, எல்லாருக்கும். ஆனா, அன்னைக்கு அந்த பலாசப் பய சொன்னதுதாம் இன்னைக்கு வரை நெலஞ்ச்சு நிய்க்கு. அக்கம் பக்கத்து ஊர்ல கல்யாணம், காதுகுத்துன்னு போனாலும் 'அந்த ஆடுகளவாணிதானெ அவரு'ன்னு பேச ஆரம்பிச்சுட்டானுவோ. ஒன்னயும் இன்னைக்கு அப்டித்தாம் கூப்பிடுதானுவோன்னு தெரியுமா ஒனக்கு? ஆடுகளவாணி மவம்னுதாம் ஒனக்கு பட்டப்பேரே. இவ்வளவு நடந்திருக்கு. நீ என்னன்னா, ஒரு பொட்டப்புள்ளைக்காவ, குடிச்சுட்டு வந்து அவெர கேள்வி கேக்க?

அவள் பேசிக்கொண்டிருந்தாள். அவன் இருந்த இடத்திலேயே சுவரில் உடலைச் சாய்த்து தூங்கியிருந்தான்.

7

அப்பாவுக்குப் பதினாறாவது நாள் விசேஷம். மண்டபத்தில் காரியங்கள் முடிந்து, ஆற்றுக்குள் இடுப்பளவு தண்ணீரில் முங்கி எழுந்துவிட்டு, வலதுபுறம் பார்த்தான். யாருமற்ற, அழகானப் படித்துறை. அதன் கிழ்ப்பக்கம் தாழைகள் வளர்ந்து நிற்கின்றன. படித்துறையின் மேலிருந்து மூன்றாவது படியில் வள்ளிநாயகி அமர்ந்து முகத்தில் மஞ்சள் தேய்ப்பது போல இருந்தது. முங்கி எழுந்து மீண்டும் பார்த்தான். இப்போது மாராப்பணிந்திருக்கும் அவள், இரண்டு பாதங்களிலும் மஞ்சள் தேய்த்துக்கொண்டிருந்தாள். அவள் கால் கொலுசொலி கேட்டது.

அவன் சுற்றும் முற்றும் பார்த்தான். தூரத்தில் யாரோ ஒரு சிறுமி சிலருடன் சென்றுகொண்டிருந்தாள். அந்தக் கொலுசொலி சிறுமியுடையதுதான். இருந்தாலும் அது வள்ளிநாயகியுடையது போலவே இருக்கிறது.

வள்ளிநாயகியின் அப்பா, அம்மா, அண்ணன் யாராவது ஒருவர், துஷ்டி கேட்க வருவார்கள் என நினைத்தான். வரவில்லை. அவள் வந்தால் என்ன பேசவேண்டும் என்றுகூட நினைத்திருந்தான். ஒருவேளை, உள்ளூரில் இருந்திருந்தால் வந்திருப்பார்கள். அவள் மீதான ஏக்கம் அதிகரித்துக் கொண்டே சென்றது.

சில நாட்கள் அமைதியாக ஊர்ச்சுற்றிக் கொண்டிருந்தான். பிறகு தந்தையாக மாறி தன்னைப் பார்த்தான். தான் தந்தையாகவும் அவர் மகனாகவும் மாறி இருந்தபோதும், அப்பாவின் செயலை ஏற்க முடியவில்லை. வீம்புக்காக, இரண்டு காதல் மனங்களைப் பிரிப்பது குரூரம் இல்லையா? தனக்குள் பேசி, பேசி இறுதியாக ஒரு முடிவுக்கு வந்தான். என்ன பேசியும் ஏதும் ஆகப்போவதில்லை. தன்னால் மட்டுமே தன்னை மீட்க முடியும் என்று நினைத்த முத்துசாமி, பிறகு, வயக்காட்டு வேலையைப் பார்க்கப் போனான். விருப்பமின்றி முதலில் வயலுக்குள் கால் வைத்தவன், பிறகு அதிக ரசனையோடு பொழுதென்றும் அங்கு கிடக்கலானான். மத்தியான வேளைகளில், யாருமற்ற வயக்காடுகளின் ஓரத்தில் இருக்கும் தோப்புக்குள் தனியாக அமர்ந்துகொள்வதை வழக்கமாக்கிக் கொண்டான்.

அசையும் வயல்வெளிகளின் அழகும், வீசும் இனிமையான காற்றும் காலை, மாலையென சுகமான ஆற்றுக்குளியலும் அவனுக்கு இதமாக இருந்தன.

“நம்மூரு ஐயமாருவோ, எந்த ஊருக்கு வேலைக்கு போனாலும் ரிட்டையர்டு ஆனதும் டாம்னு ஊரெ பாத்து வந்திருதாவோ, பாத்தியா?”

“ஆமா. ஏம் அப்டி?”

“ஏனா..? நல்லா கேட்ட போ... காலெலயும் சாய்ந்தரமும் நம்மூர் ஆத்துல குளிச்ச மாரியும் வடக்குவா செல்வியை கும்புட்ட மாரியும் இல்லையாம், அவ்வோளுக்கு”

“சிங்கப்பூருக்கு பொழைக்க போனாரே வெண்டரு... போதும் வெளிநாடுன்னு ஊர பாத்து வந்து நாளு என்னாச்சு? ஒரு நாளு அம்மன் கோயிலுக்கு வந்தவருகிட்ட பூப்போல பேச்சுக்கொடுத்தேன், ‘ஏம் ஊருக்குத் திரும்பிட்டியோ?’ன்னு. அவரு சொன்னாரு பாரு, ‘ஆயிரஞ்சொல்லு, இந்த ஊருல பெறந்து இந்த சொகத்தை அனுபவிச்சவம், எந்த ஊர்லயும் காலந்தள்ளமாட்டாம். நா வேற வழியில்லைன்னு பொழப்புக்கு அங்க போனேன். முடிஞ்சதை சம்பாதிச்சாச்சு. பிள்ளேலு அங்க வேலை பாக்கு. நமக்கும் வயசாவுதுல்லா. நம்ம கட்டை, நம்மூரு சுடுகாட்டுல போனாதாம் நிம்மதின்னு திரும்பிட்டேன், என்ன சொல்லுத?. இந்த காத்தும் தண்ணியும் எந்த ஊர்லயும் கெடைக்காதுடா’ன்னாரு”

–ஊரில் இப்படித்தான் பேசிக்கொண்டார்கள். அதை உண்மை என உணர்ந்தான் முத்துசாமி.

மத்தியான வேளைகளில், யாருமற்றத் தனிமையில், அவ்வப்போது, மனதுக்குள்ளிருந்து துள்ளி எழும் வள்ளிநாயகி, ஓடைக்கரைகளில், வயற்காட்டுச் சகதிகளில், ஆற்று மணற்பரப்பில்,

தென்னங்கூரை வேய்ந்த தோப்புக் குடில்களில், கைப்பிடித்து ஓடியாடிக் கொண்டிருந்தாள். அதில் அவள் அதிக மகிழ்ச்சியாக இருந்தாள். முத்துசாமியின் தோளில் கைபோட்டு நடப்பதும், அவன் அவளைக் கொத்தாகத் தூக்கிக்கொண்டு போவதுமான காதல் விளையாட்டு ஓடிக் கொண்டிருந்தது. இந்த ஓட்டமும் ஆட்டமும்தான் அவன் வாழ்வை அழகாக இழுத்துச் சென்று கொண்டிருந்தன.

பிறகு வள்ளிநாயகியுடன் காதல் வளர்த்த இடங்களில் தனியாக நடந்து சென்று, அசைப்போட்டுக் கொள்வதை வழக்கமாக்கி இருந்தார். அந்த ஞாபகங்கள் அவரை தூண்டித் தூண்டி தனக்குள் பேச வைத்தன. அதை மட்டும் மனம் விரும்பியது. தானும் அவளும் மட்டும் இப்போதும் பேசிக்கொண்டிருப்பதாக உணர்த்தின. உறவுகளால் உடைந்த காதலைப் உடையாமல் பத்திரமாகப் பாதுகாத்தன.

சில வருடங்களாக இப்படியே சென்ற முத்துசாமியிடம், "மூஞ்சை உம்முன்னு வச்சுக் கிட்டு தோப்பே கெதின்னு கெடந்தா, என்னடெ அர்த்தம்? ஒங்கூட்டாளிலாம் எப்டி இருக்காம், நீ இப்டியிருக்கெ?" என்று உறவினர்கள் கேட்டபோது பதிலேதும் சொல்லவில்லை.

மேலத்தெருவில் பலசரக்குக் கடை வைத்திருக்கும் பாட்டையாவுக்கு ஊரில் செல்வாக்கு. அப்பாவுக்கு வேண்டியவர் என்பதால், தெருவுக்குள்ளும் சொந்தத்துக்குள் அவர் பேச்சுக்கு மரியாதை உண்டு. ஆற்றுக்குக் குளிக்க போகும்போது வாழைதோப்புக்கான வழியில் நின்றபடி, "நாலு காசு இருந்தாதாம் நாய் கூட திரும்பிப் பாக்கும். மத்தவம் மதிக்கத மாரி வாழப்பாரு" என்று ஒரு நாள் அவனுக்குப் புத்திச் சொன்னார்.

“சரி, நா ஏன் மத்தவோ மாரி வாழணும்?” என்று கேட்டான். அவனைத் திரும்பிப் பார்த்த அவரின் பார்வை, தன்னிடம் ஒரு சின்னப்பய எதிர்க்கேள்வி கேட்டதை கவுரவக் குறைச்சலென காட்டியது.

“இப்பமே நா நல்லாதாம் இருக்கேன், பாட்டையா, என்னை பத்தி கவலைப்படாண்டாம் கேட்டேளா?” என்று அவன் சொன்னதும் அவர் அப்படியே நின்றுவிட்டார். இப்படி யாரும் எதிர்த்துப் பேசியதில்லை அவரிடம்.

“அப்டியாடெ, நீ பெரிய மனுஷனாயிட்டன்னு இப்பம்லா தெரியது... உம் இஷ்டம்போல வாழுப்பா. ஓங்கப்பன் கூட பழவுனதுக்கு சொல்லணும்னு தோணுனதால சொன்னேன். நல்லாரி, நல்லாரி” என்று சொல்லிவிட்டு நடந்தார்.

சில வருடங்கள் கழித்து, அம்மாவுக்கு உடல்நிலை சரியில்லாமல் போனது. நரம்புப் பிரச்சினை. கூடவே, சிறுநீரகப் பிரச்சினையும். அம்பை ஆஸ்பத்திரியில் சில நாட்கள் சிகிச்சை நடந்தது. இன்னும் எத்தனை நாள் என்று தெரியாது என உள்ளூர் மருத்துவர் சொல்லி விட்டார். படுத்த படுக்கையானாள். பேச்சுமட்டும் மெதுவாக வந்து கொண்டிருந்தது. அம்மாவைப் பார்க்க வெளியூர் உறவினர்கள் வந்து போய்கொண்டிருந்தார்கள்.

அப்போதுதான் அவன் கையைப் பிடித்துக்கொண்டு சோகமானாள் அம்மா. “பெத்த புள்ள ஆசெய நெறவேத்த முடியாத பாவியாயிட்டென். என்னிய மன்னிச்சிருல” என்று அவள் கண்ணீர் விட்டபோது, அதற்கு மேல் தாங்க முடியவில்லை. வாசலில் உறவினர்கள் இருந்தபோதும் ஓவென அழுதான். கண்ணீர் கன்னம் தாண்டி வடிந்து சிந்தியது. இறந்து போன

அப்பாவுக்கும் சேர்ந்து இப்போதுதான் வந்தது அழுகை. அந்த அழுகையின் வழி, உள்ளுக்குள் உறைந்திருந்த வேதை கொஞ்சம் கொஞ்சமாக வெளியேறிக்கொண்டிருந்தது. உறவினர்கள், 'யாம் என்னாச்சு?' என்று வீட்டுக்குள் ஓடி வந்தார்கள்.

அவர்களைப் பொருட்படுத்தாமல், தொடர்ந்து அழுதான். அப்படியே அம்மாவின் காலடியில் உட்கார்ந்து, தனக்காக ஓடியாடி உழைத்த, வெடிப்புகளைக் கொண்ட அவளின் பாதங்களைப் பிடித்தான். தனது முகத்தை அதில் வைத்து அழுத்தினான். அழுகையை நிறுத்த முடியவில்லை. ஒரு குழந்தையை போல, அவளின் அருகில் படுத்துக் கொண்டான். சிறுவயதில், கால்களில் பீய்ங்கான் கிழித்து நடக்க முடியாமல் இருந்த காலத்தில் அம்மாவைக் கட்டிப் பிடித்தபடி வேதையில் அழுதது போல, ஒருக்கு சாய்த்துப் படுத்து, அவள் வயிற்றில் கையை வைத்து அணைத்துக்கொண்டு, தொடர்ந்து அழுதான். முடியாத நிலையிலும் தலையைக் கோதினாள் அம்மா.

"நா தப்புப் பண்ணிட்டம்யா, எனக்காவயாது நீ கல்யாணம் பண்ணு, அதெ பாத்துட்டு தாம் இந்த உயிரு போவணும்னு அலபாய்ஞ்சுட்டு கெடக்கு..." என்று முத்துசாமியின் முகத்தைப் பார்த்தபோது, அவளுக்காகப் பிடிவாதம் தளர்த்தினான். அவள் கேட்ட குரலில் அவன் மெழுகென உருகினான்.

"அந்த வள்ளிப் பிள்ளைய பாத்தன்னா, ஒங்க கல்யாணத்த நடத்த முடியாம போனதுக்கு நா மன்னிப்புக்கேட்டம்னு சொல்லுய்யா... மனசே கேக்கல... ஒன்னிய பாக்கும்போதுலாம், ஒங்க ரெண்டு பேருக்கும் பெரிய பாவத்தை பண்ணிட்டோமோனு தோனுது" என்று சொல்லிவிட்டு, சுவரைப் பார்த்தாள்.

“நீ எதுக்கு மன்னிப்புக் கேக்கணும்? எல்லாம் முடிஞ்சுப் போச்சு, இனும அதெ பேசாண்டாம்” என்றான்.

“இல்ல, நீ என்னைக்கு அவெள பாக்கியோ, அன்னைக்கு நா மன்னிப்புக் கேட்டம்னு சொல்லணும். சொன்னாதாம் எம் மனசு ஆறும்” –என்று மீண்டும் சொன்னாள்.

பிறகு திருமணம் நடந்தது. ஒரு காலை இழுத்து இழுத்து நடக்கிற, தூரத்து உறவினர் பெண்ணான கிருஷ்ணவேணியைத் திருமணம் செய்துகொண்டான் முத்துசாமி. காலை இழுத்து நடப்பதற்காகவே அவள் திருமணம் தள்ளித் தள்ளிச் சென்றுக் கொண்டிருந்தது. நகையும் பணமும் எனக் கேட்டதைத் தர தயாராக இருந்தார்கள். அவன், போட்டது போதும் என்றான். இதற்காக முத்துசாமியை தியாகி அளவுக்கு யோசிக்க வேண்டாம். அவன், அவளைத் திருமணம் செய்ததுக்கு அவள் வள்ளிநாயகியின் முகச்சாயலைக் கொண்டிருந்ததுதான் காரணம் என்பது அவன் மட்டுமே அறிந்தது.

அவளுக்குச் சிரிக்கும்போது எப்படி கன்னத்தில் குழி விழுமோ, அதே போல இவளுக்கும் விழுந்தது. அவளைப் போலவே நீண்ட கூந்தல். நடை உடை பாவனை மட்டும் வேறு. உயரம் கொஞ்சம் அதிகம். கொஞ்சம் தூரத்தில் நின்று பார்த்தால், அவள் வள்ளிநாயகியாகவே தெரிந்தாள் முத்துசாமிக்கு.

அது எளிமையாகச் சொந்தங்களுக்குள் மட்டும் நடந்த திருமணம். இதற்கான அழைப்பிதழை வள்ளிநாயகிக்குக் கொடுக்க வேண்டும் என நினைத்தான் முத்துசாமி. இனி கொடுத்து என்னவாகப் போகிறது? அல்லது இந்தத் திருமணத்துக்கு அவள் வந்துதான் என்னவாக போகிறது? என்று விட்டுவிட்டான். தனது

திருமணம் அவளுக்கு யார் மூலமாகவும் தெரியவரும் எனவும் நினைத்தான். அந்த திருமண நாள், வள்ளிநாயகியின் பிறந்த தினம் என்பது எதேச்சையாக அமைந்த விஷயமா? கால விசித்திரங்களில் ஒன்றா? என்பது முத்துசாமிக்குத் தெரியாது.

இதற்குப் பிறகு வள்ளிநாயகி இரண்டு முறை உறவினர் வீட்டு விசேஷங்களுக்காக ஊருக்கு வந்தபோது, அவ்விரு முறையும் முத்துசாமி ஊரில் இல்லாதது அவனது துரதிர்ஷ்டம்.

8

வள்ளிநாயகிக்குத் திருமணம் முடிந்த சில நாட்களிலேயே அவளின் அண்ணனுக்கு அரசு வேலை கிடைத்தது. மத்திய அரசின் உப்பு நிறுவனத்தில் அவன் அதிகாரியாக இருந்தான். விசாகப்பட்டினத்தில் வேலை. மூன்று மாதங்கள் தனியாக அங்கு இருந்தவன், ‘கடை சாப்பாடு ஒத்துக்கொள்ளவில்லை’ என்று அம்மா, அப்பா என குடும் பத்தை அழைத்துச் சென்றுவிட்டான். கோயில் கொடைக்கு மட்டுமே ஊருக்கு வருபவர்களாக மாறிப்போனார்கள். பிறகு ஊரையே மறந்துவிட்டார்கள் என்பதால் முத்துசாமிக்கும், அந்தக் குடும்பத்துக்குமான தொடர்பு குறைந்துவிட்டது. அவர்களின் வயல்களை உள்ளூர்க்காரர் கவனித்துக்கொண்டிருந்தார்.

முத்துசாமிக்கு இப்போது ஒர் மகள், இரண்டு மகன்கள். மகள் படித்துக் கொண்டிருக்கிறாள். மகள் பிறந்தபோது, சினிமா சொல்லிக்கொடுத்த சென்டிமென்ட் படி, அவளுக்கு வள்ளிநாயகி என்று பெயர் வைக்கலாம் என நினைத்தான். அந்தப் பெயரை சிபாரிசு செய்ததே அவன் மனைவிதான்.

அவள், அந்தப் பெயரை வைக்கலாம் என்று சொன்னபோது, அவனுக்கு ஆச்சரியம்.

“தெரியும், ஒங்க பழைய ஆளு பேராச்சேன்னு சொன்னேன்” என்றபோது முத்துசாமிக்கு சிரிப்பதா, மறைப்பதா என்று தெரியவில்லை.

“அதுவந்து...”

“நீங்க ஒண்ணும் சொல்லாண்டாம். தெரியும்”

அவன் அவள் முகத்தை நேராகப் பார்ப்பதைத் தவிர்த்து வேறுபக்கம் நின்று சிரித்தான்.

“ஒங்காளு யாவம் வந்துட்டோ... செரி, செரி, சின்ன வயசுல கண்டிப்பா எல்லாருக்கும் இப்டி ஒரு காதல் இருக்கத்தானெ செய்யும்”

“ஒனக்கு?”

“ஒடனே, ஆம்பள புத்தி அப்டித்தானெ போவும். எனக்கு சின்ன வயசுலயே காலு இப்டித்தான் இருக்கு. என்னய யாருக்கு பிடிக்கும்?” என்று கேட்டாள்.

“எனக்கு” என்று அணைத்துக்கொண்டான்.

பிறகும் “ வள்ளிநாயகி பேரை வைக்கலாம்” என்று சொன்னாள் அவள்.

வேண்டாம் என்றான் முத்துசாமி. ஏற்கெனவே மனதுள் இருந்து வதைத்துக் கொண்டிருக்கிற அவள், இந்தப் பெயர் மூலம் நித்தமும் கொடுமைப்படுத்தலாம் என நினைத்ததால், வேல் விழி என்ற பெயரை மகளுக்குச் சூட்டினார். மகன்கள், இப்போது வேலைக்குச் சென்றுவிட்டதால் பொருளாதாரப் பிரச்னை அதிகம் அழுத்தவில்லை.

இப்போதைய அவரது அழுத்தமெல்லாம் தனக்குள் நீந்தி நீந்தி கரையேற மறுக்கிற, விழிகள் நடுவில் அமர்ந்து, எங்கெங்கும் தன்னையே காண வைக்கிற வள்ளிநாயகியை ஒரு முறையாவது நேரில் சந்தித்துவிட வேண்டும் என்பதுதான்.

வள்ளிநாயகியை அவர் சந்திக்காமல் இருந்தாலும் அவள் பற்றிய தகவல்கள் அவருக்கு வந்து சேர்ந்துகொண்டே இருந்தன, அவ்வப்போது. அவளுக்கு ஒரு மகன் இருக்கிறான் என்றும் அவள் கணவனுக்கு அடிக்கடி டிரான்ஸ்பர் கிடைக்கும் என்பதால், ஊர் ஊராக அலைந்துக் கொண்டிருக்கிறாள் என்றும் தற்போது மதுரையில் இருப்பதாகவும் எப்போதோ வந்த தகவல், சொன்னது.

உள்ளூர் நண்பனின் அப்பாவை, மதுரை மருத்துவமனை ஒன்றில் அறுவைச் சிகிச்சைக்காகச் சேர்த்திருந்தார்கள். அவளை, அந்தத் தூங்காநகரத்தில் எங்காவது சந்தித்துவிட மாட்டோமா? என்ற நப்பாசையில் முத்துசாமி, நண்பனின் அப்பாவை பார்க்கச் சென்றார் அங்கு. பார்த்து நலம் விசாரித்துவிட்டு, மீனாட்சி அம்மனைத் தரிசிக்கச் சென்றார். நெற்றி நிறைய விபூதியுடன் வெளியே வந்தவர், சிறிது தூரத்தில் நின்றிருந்தப் பெண்ணைத் தற்செயலாகப் பார்த்தார். அவள், வள்ளிநாயகியாகவே தெரிந்தாள். தனது வேண்டுதலை இவ்வளவு விரைவாக நடத்திக் காட்டிவிட்ட

மீனாட்சியின் கருணைக்கு மானசீகமாக நன்றி தெரிவித்துவிட்டு, அவளை மீண்டும் பார்த்தார்.

மருந்துக்கடை வாசலில் நின்றிருந்தவளின் நீண்ட கூந்தலே, அது வள்ளிநாயகிதான் என்பதை உறுதிப்படுத்தியது. இவ்வளவு நீண்ட கூந்தலுடன், இக்காலத்தில் யார் இருக்கி றார்கள்? கிளிப்பச்சை நிறத்தில் பூப்போட்ட சேலையும் அதே நிறத்தில் ஜாக்கெட்டும் அணிந்தி ருக்கிற அவள், இப்போது புதிதாகத் தன்னைப் போலவே மூக்குக் கண்ணாடி போட்டிருக் கிறாள். அவளைப் பார்த்துக்கொண்டே, சாலையை வேகவேகமாகக் கடந்த போது, இரு சக்கரவாகன ஓட்டி ஒருவன் ஏசிவிட்டுப் போனதைக் கவனிக்கவில்லை, முத்துசாமி.

அவள் நிற்கும் இடத்துக்கு அருகில் செல்லச் செல்ல பதற்றம் தொற்றிக்கொண்டது. தன்னைப் போலவே அதே காதல் ஞாபகங்களுடன் அவளும் இருப்பாளா? என்று கேட்டுக் கொண்டார். அவள் திரும்பி நின்றிருந்தாள். வள்ளிநாயகியின் பின் பக்கக் கழுத்தின் கீழே, கொஞ்சம் இடப்பக்கம், பளிச்செனத் தெரியும் அதே மச்சம் இப்போது மங்கலாகத் தெரிகிற து. தலைநிறைய பூ வைத்திருக்கிறாள். இது, அவளேதான்.

நெஞ்சம் படப்படப்பானது. கைகளில் லேசாக நடுக்கம். ஏன் இப்படி நடக்கிறது? என நினைத்துக்கொண்டார். இப்போது அவள் முன் சென்று, ‘எப்டியிருக்கெ வள்ளி?’ என்று கேட்டால், என்ன நினைப்பாள்? ‘நீங்க யாருன்னு தெரிலயே?’ என்றோ, ‘என்ன ஏம் தேடி வார?’ என்றோ கேட்கவும் வாய்ப்பிருக்கிறது? நான் ஏன் நெகட்டிவாக நினைக்க வேண்டும். தன்னைப் போலவே அவளும் பெரும் ஏக்கங்கொண்டு சந்திக்க தவித்துக்கொண்டிருக்கலாம் என நினைத்தார். மனம் அவளை நோக்கியே சென்றது.

வேகவேகமாக நடந்தார். அவளின் முன்பக்கமாகச் சென்று, “வள்ளி...” என்றழைத்து மூச்சிரைத்தார். ஒரு நொடிதான். வார்த்தை முடியும் முன்பே, அவள் வேறொரு பெண்ணாக இருப்பதைக் கண்டதும், “ஸாரி” என்று சொல்லிவிட்டு, மருந்து வாங்குவது போல கடைக்குள் சென்றார். ஒரு நொடியில் மாறியது எல்லாம். அவள் வள்ளிநாயகி இல்லை. அவளின் சாயலைக் கொண்டவள்!

அந்தப் பெண், அவரை வித்தியாசமாகப் பார்த்து, மருந்து வாங்கிவிட்டு வந்த கணவனுடன் நகர்ந்தாள். இதுதான் அவளாக இருப்பாளோ என நினைத்து முத்துசாமி அடைந்த முதல் ஏமாற்றம்.

9

பெரிய வாய்க்கால் அருகிலுள்ள வயல் அறுவடை, அன்று. ரைஸ்மில் களத்தில் கதிரடிப்பு. முத்துசாமி, தலைப்பாகைக் கட்டிக்கொண்டு வியர்க்க விறுவிறுக்க பரபரத்துக் கொண்டிருந்தார். பக்கத்துக் களத்தில் கந்தையா, பிணையல் மாடு அடித்துக் கொண்டிருந்தார். மாடுகள், கதிரடிக்கப்பட்ட வைக்கோலைச் சுற்றிச் சுற்றி வந்துகொண்டிருந்தன. ஒன்றிரண்டு, பச்சை வைக்கோலை சவைத்தபடி மெதுவாகச் சென்றுகொண்டிருந்தன மாடுகள். அறுப்புக்கடை பிச்சம்மாள், கடை வாசலில் போட்டிருந்த பெஞ்சில் அமர்ந்திருந்தபடி, சத்தமாக அவனிடம் கேட்டாள்.

“ஏலெ கந்தா, போனவாரம் எங்க போயி தொலெஞ்ச, ஆளையே காணோம்?”

“வெளியூருக்கு போயிட்டேம், ஏஞ்சித்தி?”

“ஏனா? திருமலை கோயில் மேல, மாமனாரு கடை ஏலம் எடுத்திருந்தாரு. வேலைக்கு ரெண்டு மூணுபேரு வேணும்னாரு. ஒன்னிய கூட்டிட்டு போலாம்னு சொன்னேன். ஆனா, ஆளு ஆப்டலயே”

“சரியா போச்சு, நா திருச்சிக்கு ஒரு கல்யாணத்துக்கு போயிட்டேன்”

“அங்க யாருக்கு கல்யாணம், எனக்கு தெரியாம?”

“ஆழ்வாரிச்சுல கெங்கமுத்து இருக்காருலா, நம்ம பொத்திக்காலம் மச்சினம். அவரு மவளுக்கு. வீட்டு வேலைக்கு நீ வந்துதாம் ஆவணும்னுட்டாரு. இன்னைக்கு உள்ளவனுவோ, ஒன்னய போல எவம்ல வேல பாப்பாம், சோம்பேறியோ?ன்னாரு. இவ்ளவு சொன்ன பெறவு போவாம இருக்க முடியாதுலா, போயிட்டேன்”

“அதாம் ஒடம்பு, ஒரு சுத்து பெருத்திருக்கு...”

“ரெண்டு மூனு நாள்லயே பெருத்துருமா சித்தி”

“ஒன்னய பாத்தா அப்டிதாம்ல இருக்கு”

“ஆங்... அங்க நம்ம பலாசப்பா மவள பாத்தேம், சித்தி. ஒன்னயலாம் கேட்டுது”

“யாரு, நம்ம வள்ளிபிள்ளயவாலெ?”

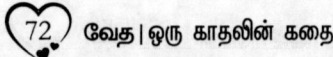

"பலாசப்பாவுக்கு என்ன இருவத்தியேழு பிள்ளேலா இருக்கு? அவாதாம். அவா புருஷனுக்கு கெங்கமுத்து ரொம்ப சொந்தமாம்லா"

முத்துசாமி, வள்ளிநாயகியின் பெயரைக் கேட்டதும் கதிரடிப்பை அப்படியே நிறுத்திவிட்டான். கையில் இருந்த கயிறைக் கழற்றி வைத்தான். களத்தின் ஓரத்தில் குடத்தில் மூடி வைக்கப்பட்டிருந்த தண்ணீரில் இருந்து ஒரு கிளாஸ் எடுத்து குடித்தபடி, கந்தையா சொன்னதைக் கூர்ந்து கேட்கத் தொடங்கினான். வள்ளிநாயகியின் பெயர் அவனுக்குக் குதூகலத்தைத் தந்தது.

"அப்டியாலெ?"

"ஆளு எப்டியிருக்காங்கெ..? சும்மா பொது பொதுன்னு ஊதிட்டா..."

"இங்கருக்கும்போது, மூஞ்சிலாம் எண்ணெய் வடிஞ்சுலா இருக்கும்"

"புருஷம் வீட்டு சாப்பாடுலா... பெரிய இடம் வேற... அதாம் ஆளே மாறிட்டா"

"என்ன சொன்னா?"

"கல்யாண வீட்டுல சரியான கூட்டம். நாந்தான் ,இது வள்ளி மாரி இருக்கேன்னு பாத்துட்டே நின்னேன். அது, "ஏண்ணே, எப்டியிருக்கே?"ன்னு தேடி வந்து கேட்டுது. நல்லாருக்கேன்னு சொல்லிட்டு பேசிட்டிருந்தேன். அப்பம், ஊர்ல எல்லாரையும் விசாரிச்சுது. ஒன்னயும் கேட்டா"

“என்னல கேட்டா?”

“அந்த வாயாரி சித்தி, இப்பம் வாய பொத்திட்டு இருக்காளா, இன்னும் அப்டியேதாம் இருக்காளான்னா..”

“எடு செருப்ப. நீயா இட்டுக்கட்டி சொல்லுதியோல, இதெ”

சிரித்துக்கொண்ட கந்தையா, “நானா ஏம் சொல்லப் போறேம்? நெசமா, அப்டித்தாம் கேட்டா” என்றான்.

“ச்சீ வெறுவாகெட்டவனெ. நீயே இடுப்பை புடின்னா,புடுக்க புடிக்க பய. சித்தின்னு தங்கமா பேசுதவள நீ இப்டி சொல்லுதியோல? நாளைக்கு அந்தப் பிள்ளய பாத்தம்னா, நீ சொன்னியோ?ன்னு கேப்பேம் பாத்துக்கெ?”

“நல்லா கேளு. இப்பம் திருச்சிலதாம் இருக்கா. அவா புருஷனுக்கு அங்கதாம் ஜோலியாம். நேரா பஸ்சை புடி, பஸ் ஸ்டாண்டுல இறங்கி அவள தேடி பாத்துட்டு சொல்லிட்டு வா”

“திருச்சிலயா? மதுரென்னாவோ..?”

“அடிக்கடி மாத்துவாவோளாம்... இப்பம் திருச்சியாம். புது பஸ் ஸ்டாண்டுக்கு பின்னால என்னமோ தெருன்னு சொன்னா. பேரு மறந்துபோச்சு. ‘அந்த தெருவுக்குள்ள நாலாது வீடு. வாசல்ல மாமரம் நிய்க்கும். ஊருக்கு போவும்போது வாண்ணே’ன்னா. நாந்தாம் போவல”.

முத்துசாமியின் கவனம் முழுவதும் கந்தையாவின் பேச்சின் பக்கம் திரும்பியிருந்தது. அதற்கு மேல் அவன் வள்ளிநாயகி

பற்றிப் பேசவில்லை. தன்னைப் பற்றி விசாரித்திருப்பாளா? இருந்தால், சொல்லியிருப்பான். அவனிடம் கேட்க வேண்டும் என்று துடித்தது மனது. ஆனால் தயக்கம். 'அந்த பிள்ளய பத்தி, இவம் ஏம் ஏன்ட்ட கேக்காம்?' என்று நினைக்கலாம். கண்டிப்பாக என்னை விசாரித்திருப்பாள் என உள்ளுக்குள் ஒரு குரல் சொல்லிக்கொண்டே இருந்தது. அவனிடம் கேட்க ஏதோ ஒன்று தடுத்தது.

ஆனால், திருச்சி, புதிய பேருந்து நிலையத்தின் பின்புறம். அந்தத் தெருவில் நாலாவது வீடு என்பதை மனதில் பதிய வைத்துக்கொண்டார்.

இது ஒன்றையே காரணமாக்கி, வள்ளிநாயகியை இந்த முறை சந்தித்துவிட வேண்டும் என்ற நோக்கில், தெரிந்த நபர்கள் யாருமற்ற அப்பெருநகருக்கு அரசு விரைவு பேருந்தில் ஏறினார் முத்துசாமி. காலையில் திருச்சி பேருந்து நிலையத்துக்குக் கொஞ்சம் தூரமாக உள்ள லாட்ஜில் அறை எடுத்து குளித்து முடித்தார். பேக்கை வைத்துவிட்டு வள்ளிநாயகியைத் தேடி நடக்க ஆரம்பித்தார்.

நாள் முழுவதும் பேருந்து நிலையத்தின் பின்பகுதி முழுவதும் உள்ள வீதிகளில் இரண்டு மூன்று முறை நின்றும் நடந்தும் ஏமாற்றமே மிச்சம். ஒவ்வொரு தெருவிலும் நான்கைந்து வீடுகளில் மாமரங்கள் இருந்தன. எந்த மாமர வீடு அவளுக்கானதாக இருக்கும்? யாரிடமும் விசாரித்தால் தவறாகிவிடும் என்பதாலும் அப்படி வள்ளிநாயகி என்ற பெயர் சொல்லிக் கேட்டால், இப்பெருநகர கூட்டத்தில் எத்தனையோ வள்ளிநாயகிகள் வசிக்கலாம் என நினைத்ததாலும் விசாரிக்காமலேயே அங்குமிங்குமாக அலைந்தார். சாத்தியமா என்ன? முகவரியை வைத்துக்கொண்டு

தேடினாலே, கண்டுபிடிப்பது கஷ்டமான காலத்தில் விலாசமின்றி கண்டுபிடிப்பது எப்படி?.

இந்த வெறுப்பிலும் வள்ளிநாயகி பற்றிய ஞாபகத் தகிப்பிலும் ஒரு குளிர்சாதன பாரில் பட்வைஸர் பீருக்கு ஆர்டர் செய்தார். ஒன்று இரண்டாகி, இரண்டு மூன்றாகி போதைத் தலைக்கேறியது. ஒவ்வொரு பீர் வயிற்றுக்குள் போகும்போதும் வள்ளிநாயகியின் ஞாபகங்கள் பூதமென கிளர்ந்து வந்துகொண்டிருந்தன. அந்தப் பூதம், அவரை எங்கெங்கோ கொண்டு சென்றது. கற்பனைக்கு அப்பாற்பட்ட, வண்ணப் பூக்கள் மட்டுமே வாழ்ந்துகொண்டிருக்கிற உலகத்துக்கு அழைத்துச் சென்றது. அங்கு அவரும் அவளும் மட்டுமே இருந்தார்கள். பேசித் தீராத பேச்சுகளைச் சுகமாகப் பேசிக்கொண்டிருக்க, அந்தப் பேச்சுகள் ஒன்று கூடி ஒரு காதல் சின்னம்போல அவர்களை வளைத்து ஊஞ்சலாகி நின்றது. அந்த ஊஞ்சலில் இருவரும் அருகருகே அமர்ந்து முத்தம் கொடுத்தார்கள். வேடிக்கைப் பார்த்த வண்ணப்பூக்களின் கூட்டம் ஏக்கம் கொண்டன.

உனக்கு என்ன வேண்டுமானாலும் கேள், தருகிறேன் என்றான் அவன். உன்னைத் தவிர வேறெதுவும் வேண்டாம் என்றாள் அவள். அவளுக்காக எதையாவது செய்ய நினைத்தான். யோசித்துக் கொண்டே இருந்தான். இறுதியில் இரண்டு பூக்களை மட்டுமாவது கொடுக்கலாம் என நினைத்தான். ஆனால், வண்ணப் பூக்களின் உலகமல்லவா அது? தங்கள் உலகில், தங்களை யார் பறிக்கவும் அனுமதியில்லை என்றது. தனது காதலிக்காகப் பூக்களைக் கூட கொடுக்க முடியாதவனாகி விட்டோமே என்ற சோகத்தில் அமர்ந்தான். அவள், தனக்கு எதுவும் வேண்டாம் என்றாள் மீண்டும். கனவிலும் அவனால் அவளுக்காக ஏதும் செய்ய முடியவில்லை

என்ற கவலையில் ஆழ்ந்தபோது, “ஸார், கடை அடைக்கப் போறாங்க... இன்னொரு பட்வைஸர் சொல்லவா?” என்றான் பார்க்கார பையன். வேண்டும் என்றான்.

வள்ளிநாயகி அவரைக் கொஞ்சம் கொஞ்சமாக அரித்துக்கொண்டிருந்தாள். இந்த அவஸ்தையையும் வேதனையையும் மற்றவர்களிடம் எப்படிச் சொல்லிப் புரிய வைப்பது? இதைச் சொன்னால் அவர்களால் புரிந்துகொள்ள முடியுமா? இதே வேதனையும் அவஸ்தையும் அவளுக்கும் இருக்குமா? என்ற யோசனையில் இருந்தவர், கண்விழித்துப் பார்த்தபோது பேருந்துக்குள் சாய்ந்து கிடந்தார். கண்ணைக் கசக்கி ஜன்னலுக்கு வெளியே பார்த்தபோது, அப்போதுதான் விடிந்திருந்தது. ஒரு கடையின் விளம்பர பலகையில், கடையநல்லூர் என்று எழுதப்பட்டிருந்தது.

அது, அரசு விரைவு பேருந்து. எப்படி அதில் ஏறி, அமர்ந்தார் என்ற ஞாபகம் ஏதுமில்லை. அடுத்த நிறுத்தமான தென்காசியில் அவர் இறங்க வேண்டும். ‘ச்சீ என்ன இப்படி தூக்கம்’ என்று நினைத்தபோதுதான், பக்கத்து சீட்டில் இருந்தவர் கேட்டார்.

“அண்ணாச்சி, முழிச்சிட்டேளா?”

“ஆமா” என்று திரும்பினார்.

“நானும் திருச்சிலதாம் ஏறுனேன்”

முத்துசாமி அவரைப் பார்த்தார். முன்பின் அறிமுகமில்லாதவர். ஆனால், அவர் பேச்சு பக்கத்து ஊரெனக் காட்டியது. கண்களை மீண்டும் கசக்கிவிட்டுத் தூக்கக் கலக்கத்துடன் புன்னகைத்தார்.

அந்தப் புன்னகை, ‘நீங்க யாருன்னு தெரிலயே’ என்பதாக இருந்தது.

“நீங்க ஏறும்போது, கால் தடுக்கி, படில விழுந்திட்டியோ, அண்ணாச்சி. நானும் கண்டக்டரும்தாம் தூக்கி சீட்டுல ஒக்காரவச்சோம். தென்காசி போறீங்கன்னு தெரிஞ்சதும் பேச்சுத் துணைக்கு ஆள் கிடைச்சுதுன்னு பக்கத்துல வந்து ஒக்காந்தேன். கொஞ்ச நேரத்துலயே சாராய வாடை குப்புன்னு மூஞ்சில வந்து அடிச்சுது. நமக்கு அந்த வாடை ஆவாதுல்லா? பஸ்லயும் கூட்டமில்லை. அந்தானி பின் சீட்டுக்குப் போயிட்டென். பஸ்ஸு, திருச்சிய தாண்டுனதும் ஒரு ஏத்தத்துல வளைச்சு திருப்புனாம் பாருங்கெ. டொப்பு சாஞ்சிட்டியோ கீழே. மேல் சட்டெயில வச்சிருந்த ரூவாய்லாம் விழுந்துட்டு. நாந்தாம் பெறவும் தூக்கி, ஒக்காரவச்சுட்டு, ரூவாய உள்பாக்கெட்டுக்குள்ள திணிச்சேன். கரீட்டா இருக்கான்னு பாத்துக்கிடுங்க. ராத்திரி பூரா சரியான கொறட்டைல்லா...

மதுரை வரை, ஒரு கல்யாண கோஷ்டி வந்துச்சு. ஸ்ரீவில்லிபூத்தூர்ல நாலஞ்சு பேரு இறங்கிட்டாவோ. ஒங்க கொறட்டயால ஒருத்தருமே தூங்கல” என்று சிரித்தவர், “அப்பப்பம், வள்ளி... வள்ளின்னு யாரையோ கூப்ட்டுட்டே இருந்தேள? அது யாரு, மவளா, பொண்டாட்டியா?” என்று அவர் கேட்டபோது முத்துசாமி கப்சிப் ஆனார்.

“ஸாரி, மன்னிச்சிருங்க”

“ஐயையோ அதுலாம் பரால்ல, ஒங்களுக்கு என்ன சோலியோ, அலைச்சலோ, அசதியோ?. நானும் ஒரு காலத்துல குடிச்சவந்தாம். மஞ்சக்காமால வந்துட்டு பாத்துக்கிடுங்கெ, அதாம்

சனியென விட்டேன். நீங்க தென்காசியா? இல்ல வேற எங்கயும் போறேளா?"

"ஆழ்வாரிச்சு"

"சர்யா போச்சு, நா பொட்டலூருதாம் போறேன். புண்ணாக்கு யாவாரம். ரெண்டு வாரத்துக்கு ஒருக்கெ திருச்சிக்கு வருவேன். எப்பம் வந்தாலும் யாராது இப்டி பேச்சுத்தொணக்கு ஆளு கெடச்சிரும். என்னயால பேசாம உம்முனு வர முடியாது பாத்துக்கிடுங்க. ரொம்ப தொண தொணங்கனோ..? நா எப்பவும் இப்டித்தான்" என்று சொல்லிவிட்டு, க்கெக்கெக்க கெக் என சிரித்தார்..

"ச்சே.. ச்சே... அப்டிலாம் இல்ல அண்ணாச்சி... ஒங்க பேரு?"

"காதரு... அப்துல் காதரு... பொட்டலுபூர்ல கடை வச்சிருக்கென். மெயின் ரோட்டுல பள்ளிவாசல் இருக்குல்லா, அதுக்கு மேக்கெ, நாலாவது கடை நம்ம கடெதாம்.. வந்தா வாங்கெ" என்றார் பெரிதாக புன்னகைத்து.

"அப்டியா? ஏஒன் புரோட்டா கடை வச்சிருக்காம்லா, செய்யது... அவம் எனக்கு பிரண்டுதாம்"

"செய்யது எம்மருமவம்தாம்... ஒண்ணா படிச்சேளோ?"

"ஆமா" என்றார் முத்துசாமி.

"சர்யா போச்சு..." என்றார் அவர்.

தூக்கத்திலும் வள்ளிநாயகியின் பெயரை உளறியிருப்பதை நினைத்து தனக்குள் சிரித்துக்கொண்டார். வள்ளி ஏன் இப்படி தன்னை வதைக்கிறாள்? அவளைச் சந்தித்துவிட முடியாதபடி காலம் தன்னிடம் கண்ணாமூச்சி ஆடுவது ஏன்? உறவினர்கள் யாரிடமாவது அவள் ஃபோன் நம்பரை வாங்கி பேசிவிட முடியும்தான். ஆனால், முத்துசாமி நம்பர் கேட்ட விஷயம் பரவி, அது அவள் குடும்பத்துக்குள் மேலும் சிக்கலை உருவாக்கலாம். அப்படியே நம்பரை வாங்கிப் பேசினாலும் அவள் கணவர் எடுத்தால், தன்னை யார் என்று அறிமுகம் செய்துகொள்வது? அல்லது வள்ளிநாயகியிடம் ஏன் பேச வேண்டும் என்று கேட்டால், என்ன பதில் சொல்வது? என்று தனக்குத் தானே கேட்டுக் கொண்டார். அல்லது வள்ளிநாயகியே எடுத்து, “ஒங்கள யாருன்னு தெரில. இனும இப்டி கூப்டாதீங்க” என்று மூஞ்சிலடித்தது போல சொல்லவும் வாய்ப்பிருக்கிறது. அதனால், அது சரியாக இருக்காது, அவள் குடும்பத்துக்குள்ளும் பூசல் எழலாம் என நினைத்ததால் தொலைபேசி எண் வாங்கும் முடிவைக் கைவிட்டார்.

10

சில மாதங்களுக்குப் பின், வள்ளிநாயகி பற்றிய யோசனை ஏதுமில்லாத வெயில் கொளுத்திய வேனல் நாளொன்றில், தனது மகளைப் பாளையங்கோட்டை கல்லூரியில் சேர்த்துவிட்டு, திருநெல்வேலி புதிய பேருந்து நிலையத்துக்கு வந்து கொண்டிருந்தார் முத்துசாமி. தன்னைக் கடந்த மினி வேனின் பின்பக்கத்தில், ‘வள்ளிநாயகி டிரான்ஸ்போர்ட்’ என்று எழுதப்பட்டிருந்தப் பெயரை பார்த்ததும் கண்முன் வந்து நின்று சிரித்தாள், அந்த இம்சைக்காரி. இன்னும் எத்தனை வருடம் அவள் இப்படி பாடாய்படுத்தப்போகிறாள்?

பச்சத்தி மாடனே, அவளை ஒரே ஒரு முறை நேரில் சந்தித்துப் பேசும் வாய்ப்பை வழங்கக் கூடாதா? உனக்கு என்ன வேண்டுமானாலும் தருகிறேன். ஒரு கூடை பூ. ஆளுயர பூமாலை. ஒரு வாழைத் தார். வஸ்திரம். சின்ன நிலையம். பூடம். கோங்கருவா, குத்தீட்டி. அணையா விளக்கு. யாதுமுனக்கு நான் தருவேன். நீயெனக்கு வள்ளியை காட்டு.

இது என்ன தேவையில்லாத சிந்தனை. தூணிலும் துரும்பிலும் இருக்கும், அனைத்தையும் தன்னகத்தே வைத்திருப்பதாகச் சொல்லும் தெய்வத்துக்கு லஞ்சம் கொடுப்பது போல, ஏன் இப்படியொரு நினைப்பு. பேருந்து நிலையத்துக்குள் வந்தவர், அங்கிருந்த கடையில், ஐஸ் அதிகமாகப் போடப்பட்ட நன்னாரி சர்பத் ஒன்றைக் குடித்தார். இந்த வெயிலுக்கு ஜில்லென்று உடலுக்குள் இறங்கி, அவரை ஆசுவாசப்படுத்தியது. பணத்தைக் கொடுத்துவிட்டு, பாபநாசம், அம்பாசமுத்திரம், தென்காசி செல்லும் பேருந்துகள் நிற்கும் இடத்துக்கு வந்தார். இந்த மத்தியான வேளையிலும் கூட்டமாக இருந்தது. திருமண நாளோ, என்னவோ?

அப்போதுதான், கொஞ்சம் தூரத்தில் நின்றிருந்த ஆலங்குளம் வழி தென்காசி செல்லும் தனியார் பேருந்தின் முன்பக்க நிழலில், சுடிதார் அணிந்திருந்த பெண்ணொருத்தியிடம் கைகளைக் கட்டிக்கொண்டு சிரித்துப் பேசிக் கொண்டிருந்த அவளைப் பார்த்தார். பின்பக்கம்தான் தெரிந்தது என்றாலும் அது வள்ளிநாயகியேதான். அவளது ஜாடை தெரியாதா முத்துசாமிக்கு? லஞ்சம் கொடுப்பதாக நினைத்த சில நிமிடங்களிலேயே அவளைக் கண்ணில் காட்டிவிட்ட சாமிக்கு எப்படி நன்றி சொல்லுவது? பச்சத்தி மாடா, உனக்கு நான் சொன்னதையும் சொல்லாததையும் செய்வேன் என்று மகிழ்ந்து கொண்டார்.

அவளின் காலுக்கடியில் நீல வண்ண டிராவல் பேக். அடுத்த நொடியே தனது மேனியில் வேறுவிதமான மாற்றத்தை உணர்ந்தார். அவளைச் சந்தித்து விடமாட்டோமா? என்று ஏக்கத்தில் அங்கும் இங்குமாக எத்தனையோ முறைத் தவித்திருக்கிற முத்துசாமி, இன்று அதிர்ஷ்டவசமாக அவளைச் சந்திக்கப் போகிறார். காலம் இப்படித்தான், எதிர்பாராத இடத்தில், எதிர்பாராததைக் கொடுத்து அதிர்ச்சி தரும். இது அதிர்ஷ்டம். தேடி, தேடி, அலைந்து ஓய்ந்த கண்களின் முன் எதேச்சையாக வந்து நிற்கிறாள் அவள்.

சிறுவயதில் ஒன்றாகப் படித்த யார், யாரையெல்லாமோ, எதேச்சையாகப் பேருந்தில், பேருந்து நிறுத்தங்களில், கோயில்களில், சினிமா தியேட்டர்களில், பெருநகர சாலைகளில், கோயில் கொடை விழாக்களில் பார்த்துவிட முடிகிறபோது, தான் நேசித்தவளை அல்லது தன்னை நேசித்தவளைப் பார்க்கும் வாய்ப்பு கிடைக்காமல் போய்விடுமா என்ன? கண்டிப்பாகச் சந்தித்து விடுவேன் என்கிற அவரது அசைக்க முடியாத நம்பிக்கை இப்போது நிறைவேறப் போகிறது என்ற எண்ணமே குறுகுறுப்பை ஏற்படுத்தியது.

மகளிடம், 'இங்க நின்னும்மா, அப்பா இன்னா வாரென்' என்று சொல்லிவிட்டு, வள்ளிநாயகியை நோக்கி நடந்தார். அவளை எப்படி அழைக்கலாம்?

"வள்ளி...எப்டியிருக்க?"

ச்சீ...இதென்ன சிறுப்பிள்ளைத் தனமாக? இப்போது அவள் அதிகாரி ஒருவரின் மனைவி, அதனால், "எப்படி இருக்கீங்க?" என்பது மரியாதையாக இருக்கும். இன்னும் சிலவாறு நடத்தப்பட்ட

ஒத்திகைகள், நொடிகளில் முடிந்தது. கொஞ்சம் தைரியத்தை வரவழைத்துக் கொண்டு, அருகில் சென்றார். அதே நிறம். கொஞ்சம் பூசினாற் போல் இருக்கிறாள், இப்போது. அவள் அணிந்திருக்கிற சேலையும் ஜாக்கெட்டும் அவ்வளவு ஈர்ப்பாக இருக்கிறது. அருகில் செல்லச் செல்ல படபடப்பு அதிகமாகிறது. பேசினால், என்ன சொல்வாள் என்று கற்பனை செய்துகொண்டார். தன்னை அவள் எதிர்பார்த்திருக்க மாட்டாள்.

ஒரு வேளை தன்னை அவள் அடையாளம் கண்டுகொள்ளவில்லை என்றால், தானே அறிமுகப்படுத்திக் கொள்ள வேண்டியதுதான். மனதைத் திடப்படுத்திக் கொண்டு, அருகில் சென்றார்.

“வள்ளி..?” என்று அழைக்கத் தொடங்கி நிறுத்திய போதே, அவள் வள்ளி இல்லை என்பதும் அவளின் சாயலைக் கொண்டதொரு பெண் என்பதும் தெரிந்து ஏமாற்றமடைந்தார். இன்னும் எத்தனை முறை இப்படி ஏமாறப் போகிறேன்? 'ஸாரி' என்று திரும்பியவனை அந்தப் பெண், ஏதோ சொல்லிச் சிரித்தாள். வள்ளிநாயகியிடம் இருக்கும் அழகான புன்னகை, இவளிடம் இல்லை.

நான் ஏன் இப்படி வெறுவா கெட்டவனாக அவளைத் தேடி அலைகிறேன்?. வாழ்வின் வெவ்வேறு கட்டத்துக்குச் சென்றுவிட்ட அவள், தன்னை ஒரு பொருட்டாக நினைப்பாளா? விவரம் ஏதும் அறியாத வயதில் தெரியாத்தனமாக, செய்துவிட்ட ஒன்று. அது காதலாகவே இருந்தாலும் இத்தனை வருடங்களுக்குப் பிறகும் அதையே நினைத்துக்கொண்டிருப்பது முட்டாள்தனம் இல்லையா? இன்னும் தேடி அலைந்து, வேறொரு வாழ்க்கை வாழ்ந்து கொண்டிருக்கிறப் பெண்ணை, ஏன் நிம்மதியிழக்கச் செய்ய வேண்டும்?

அதற்காகத்தானே அவளின் தொலைபேசி எண்ணை வாங்கிக் கூட பேசவில்லை. அது சிக்கலை ஏற்படுத்தும் என்றுதானே அவளை நேரில் சந்திக்கும்போது பேசினால் போதும் என்று தவிக்கிறேன் என தன் பக்க நியாயத்தைச் சொல்லிக்கொண்டார்.

திருமணமாகிவிட்ட முன்னாள் காதலியை இப்படி, பெருங்காதலும் பேராசையும் கொண்டு தேடுவது முறைதானா? என்றும் பல முறை கேட்டிருக்கிறார். இதில் தவறென்ன இருக்கிறது? தன் மீது காதல் கொண்டிருந்த, தன்னையே திருமணம் செய்ய ஆசை கொண்டிருந்த பெண்ணைச் சந்திப்பதில் என்ன தவறு இருக்க முடியும்? அல்லது இது சரி, தவறு என தீர்ப்பெழுத அவர்கள்தான் யார்? என்று விளக்கமும் வந்துபோனது.

அப்படிச் சந்தித்தாலும் என்ன நடந்து விடப்போகிறது? 'எப்படியிருக்க வள்ளி?' என்று செல்லமான விசாரிப்பு. அந்த விசாரிப்பின் வழி, நீள்கிற ஏக்கங்களின் அலைகளில் நீந்தி பயணிக்கிற ஒரு தவிப்பை, நீர்த்துப் போகச் செய்யும் அல்லது அதை அதிகரிக்கச் செய்யும் முயற்சி. அதோடு, திருமணத்துக்கு முன் தனது முடிவை எதிர்நோக்கி ஆழங் கொண்ட ஆசையோடு கொடுத்திருந்த கடிதத்துக்கு எந்தப் பதிலையும் சொல்லாத, தன் மீதான தவறுக்கும் இயலாமைக்கும் சேர்த்து ஒரு பகிரங்க மன்னிப்பு. சூழல் அனுமதித்தால் கால்களில் விழுந்து எழலாம். அது, தன் மீது அவள் வைத்திருந்த ஆசையையும் நம்பிக்கையையும் வீணடித்துவிட்டக் குற்றத்துக்காக.

பிறகு இறந்துவிட்ட, அம்மாவின் மன்னிப்பை அவளிடம் தெரிவிக்க வேண்டும். அம்மா அவள் கடிதத்தை தன்னிடம் கொடுக்காமல் விட்டதை, அதன் மூலம் நம் வாழ்க்கையை வீணாக்கியதைப் புரிய

வேத | ஒரு காதலின் கதை

வைக்க வேண்டும். இவ்வளவு வருடங்களுக்குப் பிறகு இதைச் சொல்லியும் செய்தும் என்னவாகிவிட போகிறது? ஒன்றும் ஆகப் போவதில்லைதான்.

பொருள் தேடி ஓடும் இந்த அவசரயுகம் யாரோ ஒருவனின் முன்னாள் காதலையும் முன்னாள் காதலியையும் பொருட்படுத்துமா என்ன? அல்லது அந்த முன்னாள் காதலியும்தான் பொருட்படுத்துவாளா? அப்படி பொருட்படுத்துபவளாக இருந்தால் இத்தனை வருட காலத்தில் எப்போதேனும் ஒருமுறை அவள் முத்துசாமியிடம் பேசியிருக்க முடியும். அல்லது அதற்கானச் சூழலை உருவாக்கி இருக்க முடியும்? அவளுக்கு அவனைச் சந்திப்பதில் விருப்பமில்லை என்று எடுத்துக்கொள்ளவும் வாய்ப்பிருக்கிறது. அவன், தனது அம்மாவால் வாழ்க்கை வீணானதாக அவளிடம் சொல்லிவிடவும் முடியாது. நான் இப்போது நன்றாகத்தான் இருக்கிறேன் என அவள் பதில் சொல்லவும் வாய்ப்பிருக்கிறது.

வள்ளிநாயகி விரும்பினாலும் விரும்பா விட்டாலும் சொல்லித்தான் ஆக வேண்டும். அதில் காத்திருக்கிறது ஆத்மத் திருப்தி. அந்தத் திருப்திக்காகத்தான், அவளைச் சந்தித்துவிடுவதற்கான அலைச்சல். இந்தத் தவிப்பு, ஏக்கம், தேடுதல். எல்லாம் அதற்குத்தான். அதைத்தாண்டிய வேறெதுவும் இல்லை. அதற்காகத்தான் கிளைகள் விரித்து தவியாய்த் தவிக்கிறது மனது.

கரும் மை பூசிய அடர் இருட்டில், சிறு ஒளி தேடி அலைகிற விழிகளாய், அவர் அந்தக் காதல் ஒளியை தேடிக் கொண்டிருக்கிறார். காலமே இந்தத் தவிப்பை, ஏக்கத்தை, கோரிக்கையை அவளிடம் கொண்டு சேர்ப்பாயா?

11

“இங்கரு, நா ஒண்ணும் பொய் சொல்லல...” என்ற பால் ராமசாமியை ஏறிட்டுப் பார்த்தான், முத்துசாமி.

அம்மாவின் நினைவு நாளுக்காக அப்பாவுடன் இருக்கும் அவள், புகைப்படத்தைத் துடைத்துவைத்துக்கொண்டிருந்தான் அவன். அம்மாவும் அப்பாவும் எந்த காலத்திலோ, நான் பிறப்பதற்கு முன் எடுத்துக்கொண்ட கருப்பு வெள்ளைப் புகைப்படம். திருமணமான சில நாட்களில், சில மாதங்களில் இந்தப் புகைப்படத்தை எடுத்திருக்கலாம். அடர்த்தியான அப்பாவின் மீசை, மேலே திருக்கி இருக்கிறது. அதில் ஒரு கம்பீரம் தெரிகிறது. அம்மா பொடி பொடிப்பூக்களை கொண்ட பஃப் கை ஜாக்கெட் அணிந்திருக்கிறாள்.

புகைப்படத்தை வீட்டுக்குள் வைத்துவிட்டு, வெளியே நிற்கும் சைக்கிளுக்கு காற்றடைத்தான்.

“இந்த ஓட்டெ சைக்கிள தூக்கிப் போட்டுட்டு, ஒம் மவன்ட்ட பைக்கை வாங்கி ஓட்டுன்னா, கேக்கியா நீ? இன்னும் எத்தென காலத்துக்கு இதெயே ஓட்டிட்டு இருக்க போறியோ?” என்ற ராமசாமி பால் வண்டியை வைத்துக்கொண்டு நின்றான்.

“செரி நேரமாவுது, கேட்டியா? நேத்து அய்யனார்கொளத்து கடையில பால் ஊத்தும்போது, அங்க பேசிக்கிட்டாவோ...” என்றான்.

“ம்ம்...”

“வள்ளி பிள்ள அண்ணன் கொழுந்தியாள அங்கதான கெட்டி கொடுத்துருக்கு. அவா மவளுக்கு சடங்காம். கண்டிப்பா அவளும், அவா அண்ணனும் அங்க வருவாவோ, கேட்டியா? கொழுந்தியா மவா சடங்குன்னா அவ்வோ அண்ணன் வராம இருக்கமாட்டாம்...”

“அவன் வந்துருவாம் செரி... அவா?”

“அண்ணனுக்கு கொழுந்தியான்னா அவா வரமாட்டோளோல?”

“அங்க வாரவா, இங்க வரமாட்டாளோ?. இங்கருந்து நாலஞ்சு கிலோ மீட்டரு இருக்குமா, அய்யனாரு கொளம்?”

“ ஏம் வரணும்? இங்க யாரு இருக்கா அவ்வோளுக்கு?”

“ஏம், அவ்வோ வயக்காடு கெடக்கு. வீடு இருக்கு”

“அதுக்கு அவா அண்ணம் வருவாம், வள்ளி ஏம்ல வரணும்?”

“இங்க நா ஒருத்தம் இருக்கம்லா...”

“நீயிருந்தா, அந்தானி பாக்க வந்துரணுமோ? அப்டி நெனச்சிருந்தா என்னெய்க்கோ வந்து ஒன்னய பாத்து பேசிருப்பாளே... ஓம் மூஞ்சில முழிக்கக் கூடாதுன்னு கூட நெனச்சிருக்கலாம்... ?”

இந்த வார்த்தையை கேட்டதும் முத்துசாமியின் முகம் மாறியது.

பால் ராமசாமி அம்மாற்றத்தை ஒரே நொடியில் உணர்ந்து, "ஒடனே மூஞ்சை தூக்காத, நா சும்மா எடக்குக்குச் சொன்னேன்" என்று சமாளித்தான்.

"நா ஏம் கோவப்பட போறேன். நீ சொல்லுததும் சரிதானெ?"

"என்னது?"

"பேசணும், பாக்கணும்னு நெனச்சிருந்தா, இதுக்குள்ள ஆயிரம் மட்டம் வந்து பாத்திருக்கலாமெ. வேண்டாம்னுதாம் அவா வராம இருக்கா, பேசாம இருக்கா... நீ சொன்னது சரிதாம்ல. நாந்தான் கொழுப்பெடுத்து இப்டி அலையுதம் போலுக்கு"- என்ற முத்துசாமியின் குரல் உடைந்திருந்தது.

"ச்சே, நா சும்மா சொன்னேம்... இங்கரு நா சொல்லுதத கேளு. திங்கக்கெழமை சடங்கு. நீ அங்கவந்து நாராணசாமி கோயில்ல சாமிய கும்புட்டுட்டு இரு... சடங்கு வீட்டுக்குப் போயிட்டு, அவாட்ட பேசிட்டு, கையோட கோயிலுக்கு கூட்டுட்டு வந்துருதேன். நீ என்ன பேசணுங்கியோ, பேசிக்கோ..."

"வருவாளா?"

"அவெள என்ன கொளத்துக்கா கூப்புடுதாவோ? கோயிலுக்குத்தான? "

"ச்சீ... என்ன பேசுல பேசுதெ! அவா அண்ணம் பாத்தாம்னா...?"

"ஓங்க ரெண்டு பேருக்கும் இப்பதாம் இருவது வயசு நடக்குத

மாரியும் நா என்னமோ, ஒங்க காதலுக்கு போஸ்டுமேன் வேலை பாக்குத மாரியும் இருக்கு...”

புன்னகைத்தான் முத்துசாமி.

“பல்லக் காட்டாதெல, வயசு, அம்பது அம்பத்துமூனை தாண்டியாச்சு கேட்டியா? ஒம் மவனுக்கு கல்யாணம் முடிச்சிருந்தா, இந்நேரம் நீயும் தாத்தா ஆயிருப்பே... இந்த வயசுல ஒனக்கு இதெல்லாம் தேவையான்னு கேக்க தோணுது... ஆனாலும் என்னமோ, அந்த பிள்ளைட்ட சொல்லணும்னு தவிச்சிட்டிருக்கியேன்னுதாம் நானும் கெடந்து மெனக்கெடுதேம்...”

“ செரி, திங்களெழம போவோம்” என்றான் முத்துசாமி.

அந்த திங்கட்கிழமைக்கு மனது ஏங்கியது. அந்த நாளை, பக்கத்தில் இழுத்து நிறுத்தி, மனதுக்குள் ஒத்திகைப் பார்த்துக்கொண்டது. திருமணத்துக்கு முன் அப்படியொரு கடிதம் அனுப்பியும் பதிலேதும் சொல்லாத கோபத்தில் அவள் இப்போதும் இருப்பாளோ? அந்த காரணத்துக்காகத்தான் தன்னைப் பார்க்காமல் பேசாமல் தவிர்க்கிறாளா? உண்மையில் தன்னைப் போலவே அவளுக்கு இப்போதும் தன் மீது காதலிருந்தால் இதற்குள் பேசியிருப்பாள். எப்படியிருக்கெ? என்று நலம் விசாரித்திருப்பாள். அந்த ஒரு வார்த்தை இன்னுமென் ஆயுளைக் கூட்டும் என்பது அவளுக்குத் தெரியாதா?

அய்யனார்குளத்தில் சமணப் படுகைக்குச் செல்லும் பாதையை காட்டிய வழிகாட்டிப் பலகையை தாண்டிச் சென்றது சைக்கிள். இது ஒரு காலத்தில் காடு மாதிரி கிடந்தும், இங்கு வந்து சமணர்கள் தங்கியிருக்கிறார்கள் என்பது ஆச்சரியமாக

இருந்தது. இப்போதும் பம்புகளும் நரிகளும் அலைகிற காடாகத்தான் அது இருக்கிறது.

முத்துசாமிக்கு மனது அடித்துக்கொண்டது. வள்ளிநாயகி இப்போது எப்படியிருப்பாள்? காதல் காலத்தில் எதிரில் பார்த்ததுமே அவள் முகத்தில் பூக்கும் அந்த வெட்கச் சிரிப்பு இப்போதும் வருமா? என்றவாறு கற்பனை செய்துகொண்டே அவன் அந்த ஊருக்குள் சைக்கிளை மிதித்தான். வரிசையாக நிற்கிற மரங்களைத் தாண்டி ஆங்காங்கே புதிய வீடுகள் கட்டப்பட்டு வருகின்றன. சில வீடுகளில் பீடி தட்டுடன் அமர்ந்திருக்கும் பெண்கள், ஏதோ பேசி சிரித்துக்கொண்டிருக்கிறார்கள்.

மாடி வீடு ஒன்றில் வெளியே நிற்கும் மாமரத்தில் இருந்து விழுந்துகிடக்கும் மாங்காய்களை எடுத்து இரண்டு சிறுவர்கள் உடைக்க முயற்சித்துக்கொண்டிருந்தார்கள். சடங்கு வீட்டில் கட்டப்பட்ட ஒலிபெருக்கியில் எம்.ஜி.ஆர். பாடல் ஒலித்துக்கொண்டிருக்கிறது. இந்தத் தெருவைத் தாண்டி வலதுபக்கம் திரும்பினால், சடங்கு வீடு. அங்கு செல்லாமல் நேராகச் சென்றால் நாராயண சாமி கோயில்.

புதிதாகக் கட்டப்பட்டக் கோயிலில் சமீபத்தில் ஏதும் விழா நடந்திருக்க வேண்டும். வெளியே போடப்பட்டிருக்கிற பந்தலை இன்னும் பிரிக்கவில்லை. கோயில் வாசலில் பிரம்மாண்டமான நிலையம். அதற்கு முன் உயரத்தில் பெரிய மணி தொங்குகிறது.

மணி பதினொன்றே முக்கால். வெயில் அவ்வளவாகத் தெரியவில்லை. அருகில்தான் குளம் என்பதால் குளிர்ந்த காற்று. கோயிலின் வெளியே சைக்கிளை ஸ்டான்ட் போட்டுப் பூட்டினான்.

வாசலில் நின்றபடி வடக்கு நோக்கிப் பார்த்தால் குளத்தில் தண்ணீர் பொங்கி நிற்பது தெரிந்தது. காற்றின் வேகத்தில் சின்ன சின்னதாக அலைகள் எழும்பி, கற்கள் கொண்டு கட்டப்பட்டிருக்கிற கரையில் மோதி சத்தம் எழுப்பின.

வெளியூர்க்காரன் என்பதை முத்துசாமியின் முகம் காட்டியதால், "கோயில்ல இனும சாய்ந்தரம்தாம் சாமியாரு பூஜை பண்ணுவாரு" என்று சிறுவன் ஒருவன் அவரைப் பார்த்துச் சொல்லிவிட்டு நடந்தான். அவனிடம் தலையை மட்டும் ஆட்டி கேட்டுக்கொண்டான் முத்துசாமி. நிலையத்தைத் தாண்டினால், உள்ளே விசாலமான பிரகாரம். திண்ணை போல கட்டப்பட்டிருக்கிற இடத்தின் இட மற்றும் வலபுறங்களில் சிலர் உட்கார்ந்திருக்கிறார்கள்.

வெளியில் நின்றே சாமியை வணங்கிவிட்டு, உள்ளே சென்றான். சில ஆண்களும் பெண்களும் தனித்தனியாக அமர்ந்து பேசிக்கொண்டிருந்தார்கள். எல்லோரின் நெற்றியிலும் நாமம் இடப்பட்டிருக்கிறது. அவனும் இடதுபுறத்தில் இருந்த திண்ணை போன்ற இடத்தில் அமர்ந்தான். வள்ளிநாயகியைச் சந்திக்கப் போகும் நினைப்பே அவனுக்குச் சிலிர்ப்பைத் தந்தது.

ஊரில் உள்ள நாராயணசாமி கோயிலில் ஒவ்வொரு மாதமும் கடைசி ஞாயிற்றுக்கிழமை இரவுகளில் உம்மாஞ்சோறு கொடுப்பார்கள். சுடச்சுட கிடைக்கும் அச்சோற்றின் வாசத்துக்காகவும் வள்ளிநாயகி அதை வாங்க வருவாள் என்பதற்காகவும் காத்திருந்த காலம் இப்போது நினைவுக்கு வந்தது. அந்த நாராயண சாமிக்கும் இந்த சாமிக்கும் வித்தியாசம் என்ன இருக்கிறது? அது சிறிய கோயில். ஒரு வளவுக்குள் இருந்தது. இது ஊருக்கு நடுவில் பெரிதாக, இன்னும் பெரிதாக காவி வண்ணம் பூசப்பட்டுக்

கட்டப்பட்டிருக்கிறது. கோயிலும் இடமும் பெரிதென்றாலும் சாமிகள் ஒன்றுதானே!.

அவளிடம் அதிக நேரம் பேசிக்கொண்டிருக்க வேண்டும், அவள் விருப்பப்பட்டால் அலைபேசி எண் வாங்கி அடிக்கடிப் பேசலாம். அப்படி எண்ணைக் கேட்பது முறைதானா? என்று யோசித்தப்படியே, காதல் கால நினைவுகளை கொண்டு வந்து அதில் சுகமாக நீந்திக்கொண்டிருந்தான்.

சிறிது நேரத்தில் வந்த பால் ராமசாமியை கண்டதும் வள்ளிநாயகியைத் தேடினான். ஒருவேளை வெளியில் நிற்பாளோ என்று நினைத்து எட்டிப்பார்த்தான்.

“நம்ம ஒண்ணு நெனச்சா, வெற ஒண்ணு நடக்கு” என்றான் பால் ராமசாமி.

“என்னாச்சு. என்னெய பாக்க வரலன்னுட்டாளா?”

“ச்சே ச்சே...”

“எனக்கு தெரியும்ல... நீ சொன்ன மாரி அவளுக்கு என் மூஞ்சில முழிக்க விருப்பமில்ல... அதான?”

“இல்லல... நீ வேற?”

“அவா அண்ணங்காரம் என்னமும் சொன்னானா? செரிக்குள்ள”

“ஏல, இருல. அவளே வரலங்கென்?”

“வரலயா? நீதாம் சொன்னே, கண்டிப்பா வந்திருவான்னு...”

“சொன்னேன்டெ... சடங்கு வீட்டுக்காரவோளும் அப்டித்தாம் பேசிக்கிட்டாவோ. அவ்வோளுக்கு என்ன பிரச்சினைன்னு எனக்கென்ன தெரியும்? அவா அண்ணனுமே வரலயாம்”

முத்துசாமி மீண்டும் ஏமாற்றத்தைச் சந்தித்தான். ஏமாற்றங்கள் தொடர்ந்து அவன் தலையின் மேலே அடுக்கியபடி அமர்ந்திருந்து வேடிக்கைப் பார்த்தன. ஏமாற்றமே வாழ்வாகிப் போன அவனுக்கு இதுகூட வலிதரும் சுகமாகவே இருந்தது.

12

தேர், கீழ ரதவீதி முக்குக்கு வந்துவிட்டது. தேரை இழுப்பவர்களின் அவயமும், கொட்டுச் சத்தமும் கலந்து பேரிரைச்சலைத் தந்துகொண்டிருந்தன. இன்னும் ஒரு சுற்றுதான். தேர், நிலையம் சென்றுவிடும். சின்னத்தேர் ஏற்கெனவே நிலையம் சென்றுவிட்டது. அங்கு நடக்கும் பூஜையில் பெண்கள் கூட்டம் அதிகம். அர்ச்சனை செய்துவிட்டு தேங்காய் பழக்கூடையுடன் பேசிக்கொண்டிருந்தனர். அவர்களுக்குப் பேச நிறைய விஷயங்கள் இருக்கும்.

தேரையும் தேர் நிற்கும் இடத்தையும் இப்போது புதுப்பித்திருக்கிறார்கள். தேருக்குத் தகரத்தாலான வீடொன்றைக் கட்டியிருக்கிறார்கள். வள்ளிநாயகியுடனான காதல் காலத்தில் வீடில்லாத தேர், மேற்கு அக்ரஹார வீதிக்குச் செல்லும் வழியில், வலது ஓரத்தில் நின்றது. அது பழைய தேர். அதன் வடிவமைப்பை ரசிக்கவோ, தேருக்குள் ஏறியமர்ந்து அதிலுள்ள சிற்பங்களையும் அழகையும் வியக்கவோ தோணாத காலம் அது. கல்லூரி

படிக்கும் பெல்பாட்டம் அணிந்த மாணவர்கள், வகுப்பை கட் அடித்துவிட்டு அதில் ஏறியமர்ந்து புகைப்பிடிப்பார்கள். ஒருமுறை அவர்களுக்குள் எழுந்த சண்டையில் மேலிருந்து விழுந்த உமையரண்ணன் கால் ஒடிந்து போன பிறகுதான் தேருக்குள் யாரும் செல்லக்கூடாது என்று கல்லூரி நோட்டீஸ் போர்டில் ஒட்டப்பட்டதாகப் பேசிக்கொண்டார்கள்.

வள்ளிநாயகி, பரமகல்யாணி பள்ளியில் படித்துக்கொண்டிருந்தபோது, அந்த இடத்தில் நின்றுதான் முத்துசாமி ஒரு நாள் பொய் சொன்னான் அவளிடம்.

“இதே தேர்ல உன்னைய ஏத்தி உட்காரவச்சு ஒரு நாளு இழுத்துட்டு போவப்போறேன் பாரு” என்றான்.

“பொய் சொல்லுவீங்கன்னு தெரியும். இப்டிலாமா சொல்வீங்க?” என்று முகத்தின் ஒரு பக்கத்தைப் பொத்திக் கொண்டு சிரித்தாள்.

“பொய்யா..? இது நடக்கா இல்லியான்னு மட்டும் பாரு?”

அவள் மீண்டும் சிரித்துவிட்டு, “நீங்க அப்டி ஒன்னும் பண்ணாண்டாம்... எனக்கு அந்த ஆசெலாம் இல்ல” என்றாள்.

அவனே நினைக்காதபடி அந்தச் சம்பவம் நடந்தது. ஒரு பங்குனி மாதத்தில், அந்தத் தேரின் சக்கரத்தில் உடைந்திருந்த சில இடங்களில் தச்சு வேலைகள் புதிதாகச் செய்யப்பட்டிருந்தன. அதை முடித்துவிட்டு அருகில் இருக்கும் தெருவரை தேரை சும்மா இழுத்துப் பார்க்க முடிவு செய்யப்பட்டிருந்தது. முத்துசாமியின் மாமாவுக்கு வேண்டியவர்தான் அந்த வேலையை செய்தவர்

என்பதால், அவரை அழைத்திருந்தார்கள். அந்தப் பள்ளிக்கு வள்ளியை பார்க்கச் சென்ற முத்துசாமியும் அவளும் தேரின் அருகிருந்து பேசிக்கொண்டிருந்தபோது மாமா பார்த்து விட்டார்.

"சும்மா வந்தம் மாமா. ஸ்கூலுக்கு போயிட்டு வள்ளி வந்துட்டிருந்தத பாத்ததும் பேசிட்டிருக்கேன்" என்று பொய்ச் சொன்னான். அந்தத் தெருவின் சிறுபிள்ளைகள் தேரின் மேல் ஏறி நின்றார்கள்.

"மருமவனே, ரெண்டு பேரும் தேர் மேல ஏறுங்க" என்றார்.

"ஏம்?"

"ஏறுங்கடே. சக்கரம் ஒக்குட்ருக்கு. அதுவெர போயிட்டு தேரு திரும்பும். சீக்கிரம் மேல ஏறுங்க" என்றார் மாமா.

தேருக்கு அருகில் கட்டப்பட்டிருந்த படிகளில் ஏறி, தேருக்குள் இறங்கினார்கள் இருவரும். அங்கு ஏற்கெனவே சிலர் இருந்தார்கள். தேரை ஏழெட்டு பேர் வடம் பிடித்து இழுத்தார்கள். முன்பு கயிறு. இப்போது இரும்பு வளையம் வடமாகி இருந்தது. சக்கரம் சரியாக ஓடுகிறதா? என்பதை அதை ஒக்கிட்டவர், குனிந்தும் அங்கும் இங்குமாக நடந்தும் பார்த்துக்கொண்டிருந்தார். தேர் ஓடத்தொடங்கியது. முத்துசாமி, வள்ளி நாயகியின் அருகில் நின்று கிசு கிசுத்தான்.

"நா சொன்னது நடந்துட்டு பாத்தியா?"

"எங்க? இங்க நா மட்டுமா இருக்கேன். இவ்வளவு பேரு இருக்காவோ"

“தேருல உன்னைய வச்சு இழுத்துட்டுப் போவேன்னு சொன்னேன். நடந்துட்டுல்லா” என்றான்.

“நீங்க ஒன்னும் இழுக்கலயே?” என்றாள்.

“தேருக்குள்ள உட்கார வச்சாச்சுலா” என்றான்.

“இதே போல நம்ம கல்யாணமும் ஒரு நா நடக்கும்” என்றான்.

“ம்ம்” என்று வெட்கம்கொண்டாள் அவள். தேவையில்லாமல் அந்தக் காதல் கால நினைவுகள் இப்போது உள்ளிருந்து எழத் தொடங்கின.

வள்ளி நாயகியும் அவளுடன் வந்த பெண்களும் அருகில் இருக்கிற பரமகல்யாணி பள்ளிக்குச் செல்கிற சாலையின் வழியில் இருக்கும் பழமையான ஆலமரத்தின் நிழல் தேடி செல்கிறார்கள், முந்தானையால் முகத்தில் வீசிக்கொண்டே. “என்னா வெயிலு?” என்றபடி அங்கு ஏற்கெனவே பலர் வியர்வை வடிய நின்று கொண் டிருந்தார்கள்.

முத்துசாமியும் அவளைப் பின் தொடர்ந்து நடக்கிறார். இப்போது ஆட் களைக் கடந்து கடந்து, வள்ளிநாயகியின் அருகில் சென்றுவிட்டார். இது அவளாகவே இருக்க வேண்டும் என்று வேண்டிக்கொண்டே நின்றிருந்தார். தன்னைப் போலவே, அவளும் தன் மீதான காதல் பற்றி நினைத்துக்கொண்டிருப்பாளா? இது வள்ளிநாயகியாக இருந்தால், இந்தப் பெருங்கூட்டத்தில் தன்னை அவள் கண்கள் தேடிக் கொண் டிருக்குமா? காதல் கொண்ட நாட்களில் நடந்த தேரோட்டத்தின் போது பேசிய ஞாபகங்கள்

அவளுக்கு நினைவிருக்குமா? என்று யோசித்த படியே, அவளை நெருங்கி வந்து நின்று கொண்டார்.

இப்போது மிக அருகில், கூப்பிடும் தூரத்தில்தான் நிற்கிறாள். தான் தேடிக் கொண்டிருக்கிற, பேசத் துடித்துக் கொண்டிருக்கிற, தன்னையே திருமணம் செய்ய வேண்டும் என்ற பேராசையுடன் இருந்த, தனக்குப் பிடிக்கும் என்று நெத்திலி கருவாட்டுத் தலை மொளவாடி தந்த, அதே வள்ளிநாயகிதான் இது என்று தெரிந்ததும் உடலில் மெல்லிய மின்பரவல் நுழைந்து உடலெங்கும் ஊடுருவ ஆரம்பித்தது, முத்துசாமிக்கு.

சிறுபதற்றம் சூழ்ந்து எப்போதும் இல்லாததோர் உணர்வைத் தந்தது. எத்தனை வருட ஏக்கம், இதோ முன்னால் நிற்கிறாள் வள்ளிநாயகி. தன் வாழ்நாள் முழுவதும் அவளுடனேயே கழிக்க வேண்டும் என்று நினைத்த, பெரும் ஏக்கம் தந்த, என் வள்ளிநாயகி... பேசு பேசு என்று ஏதோ ஒன்று விரட்டிக்கொண்டே இருந்தது. இப்போது அழைக்கிற ஒரு வார்த்தை அவளைத் திரும்பிப் பார்க்க வைத்துவிடும்.

மெதுவாக அழைக்க முயற்சித்தார் முத்துசாமி. உதடு பிரித்து வார்த்தையை இழுத்தபோது, அது வெளிவரவே இல்லை. அப்படியே தேய்ந்து தேய்ந்து தொண்டைக்குள்ளேயே சென்று அமர்ந்துகொண்டது. இன்னும் சத்தமாக வள்ளிநாயகி என்றழைத்தார். அது அவரின் மற்றொரு காதுக்குக் கூட கேட்டிருக்குமா தெரியாது. அது வாயை விட்டுச் செல்லவே இல்லை. ஏன் எனக்கு மட்டும் இப்படி நடக்கிறது. வார்த்தைகள் வாய்க்குள் அமர்ந்துகொண்டு சத்தமாக வர மறுக்கின்றன.

இப்போது இன்னும் அழுத்தமாக, வள்ளி என்று கூப்பிடும் முன்,

தேர்க்கூட்ட இரைச் சலைக் கிழித்தபடி வந்தது, சொகுசு கார் ஒன்றின் ஹாரன். அவர்கள் நின்ற இடத்துக்குப் பின்பக்கத் தெருவில் இருந்து வளைந்து திரும்பி நின்றது. கொஞ்சம் பெரிய கார். முத்துசாமி திரும்பிப் பார்த்தார். அதில் இருந்த, அதிக தலைமுடி கொண்ட, பெரிய மீசை வைத்திருக்கிற ஆள், மீண்டும் அந்த ஒலியை எழுப்பியதும் வள்ளிநாயகியும் அவளுடன் நின்றிருந்தவர்களும் சிரித்து பேசியபடி காரை நோக்கி நடக்கிறார்கள்.

ஐயோ அவள் போகிறாளே, திரும்பிப் பார்க்க மாட்டாளா? என்று ஏங்கித் தவித்தபடியே நின்றிருந்தார், காரையும் ஹாரன் ஒலியையும் எதிர்பார்க்காத முத்துசாமி. கண்களில் பொங்கி நின்ற கண்ணீர், அவர் துடைக்கும் முன் குபுக்கென்று வெளியே வந்து விழுந்தது. யாராவது அவளிடம் சொல்ல மாட்டார்களா? பெருங்காதல் கொண்ட அவளின் முன்னாள் காதலன், அவளிடம் பேசுவதற்காக, இறந்துபோய்விட்ட அவர் அம்மாவின் மன்னிப்பைச் சொல்வதற்காக, காத்திருக்கிறான் என்று.

யாரும் சொல்லப் போவதில்லை. இவ்வுலகம் அவரவர்களுக்கானது. அவரவர்களின் சுயநலங்களுக்கானது. தங்களின் நலன்களுக்காக மற்றவர்களின் வலியை ரசிப்பது. இன்னும் வேண்டுமானால், மற்றவர்களின் வேதையை அதிகப்படுத்துவது. இங்கு, யார் காதல் உடைந்தால் யாருக்கு என்ன? இப்படியொருவன் அலைவது வள்ளிநாயகிக்கும் தெரியாது என்பது அவனை மேலும் கவலைக்குள்ளாக்கியது. அவள் ஏறி அமர்ந்த அந்த சொகுசு கார் இப்போது சென்றுகொண்டிருக்கிறது. மேட்டில் ஏறி வளைந்து திரும்பிச் செல்கிறது. காரின் முன் பக்கம் அமர்ந்திருக்கும் அவள், காருக்குள் இருப்பவரிடம் ஏதோ சொல்லியபடி சிரித்துப் பேசி சென்றுகொண்டிருக்கிறாள். முத்துசாமியை அவள், பார்க்கவே இல்லை. அவள் தன் முகத்தையும் அவருக்குக் காட்டவே இல்லை.

முத்துசாமி அவள் செல்வதையே பார்த்துக்கொண்டிருந்தார். பிரிந்த தாயைத் தேடும் குழந்தையை போல, அந்தத் தவிப்பு மீண்டும் அவருக்குள் எழத் தொடங்கியது. சிறு கனலை, வீசி வீசி தீயாக்கும் காற்றாக, ஏக்கம் உள்ளுக்குள் எரிய தொடங்கியது. அவர் அந்த வேதையை ரசிக்கத் தொடங்கிவிட்டார்.

திடீரென மேலிருந்து பறவையொன்று போட்ட எச்சம் அவர் தோள்பட்டையில் விழுந்து தெறித்தது. அந்த எச்சத்தோடு விழுந்த இளம் மஞ்சள் நிற வேப்பங்கொட்டை, அவர் காலுக்கடியில் கிடந்து வானம் பார்த்தது. அது தன் முகம் நோக்கி, ஏளனத்தோடு சிரிப்பதாகத் தோன்றியது முத்துசாமிக்கு.